காகிதப்பூ

சீனிவாசன் நடராஜன்

எதிர்
வெளியீடு

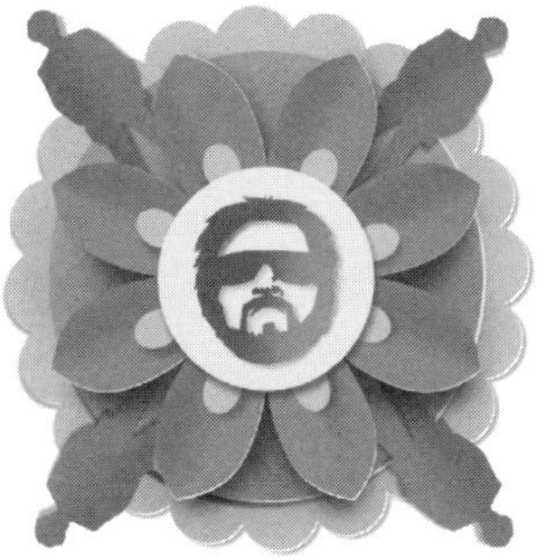

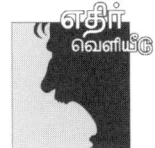

காகிதப்பூ (நாவல்)
சீனிவாசன் நடராஜன்

முதல் பதிப்பு: பிப்ரவரி 2021

எதிர் வெளியீடு,
96, நியூ ஸ்கீம் ரோடு, பொள்ளாச்சி – 642 002.
தொலைபேசி: 04259 – 226012, 99425 11302.

விலை: ரூ. 250

Kakithapu
Srinivasan Natarajan

Copyright © Srinivasan Natarajan
First Edition: February 2021

Published by
Ethir Veliyeedu, 96, New Scheme Road. Pollachi – 2.
email: ethirveliyedu@gmail.com
www.ethirveliyedu.in

ISBN: 978-93-90811-11-3
Printed at Sudarsan Graphics pvt. Ltd., Chennai.

அட்டை வடிவமைப்பு: சந்தோஷ் நாராயணன்
உள் ஓவியங்கள்: தீபங்கர் முகர்ஜி
புத்தக வடிவமைப்பு: கோபு ராசுவேல்
பிழைத்திருத்தம்: கமலாலயன்
ஆசிரியர் பின்னட்டை ஓவியம்: இளையராஜா

All rights reserved. No part of this book may be reprinted or reproduced or utilised in any form or by any electronic, mechanical or other means, now known or hereafter invented, including Photocopying and recording, or in any information storage or retrieval system, without permission in writing from the Publisher.

ஜெயந்திக்கு...

சீனிவாசன் நடராஜன் (ஜனவரி, 1972)

ஓவியர், நாவலாசிரியர், புகைப்படக் கலைஞர்

ராஜமன்னார்குடியில் விவசாயக் குடும்பத்தில் பிறந்தவர். தமிழ்நாடு அரசின் 2007–ஆம் ஆண்டுக்கான கலைமாமணி விருது, தேசிய அளவிலான இரண்டு விருதுகள், மாநில அரசின் விருது என்று பல விருதுகளைப் பெற்றவர்.

ஆய்வு மாணவராக இவர் வெளியிட்ட ஆய்வுக் கட்டுரைக்கு தேசிய அளவிலும், சர்வதேச அளவிலும், இரண்டு விருதுகளைப் பெற்றிருக்கிறார்.

இந்திய அளவிலும் உலக அளவிலும் 30 ஆண்டுகளாக பல கண்காட்சிகளை நடத்தி வருகிறார்.

சைவ சித்தாந்தம் படித்தவர், நுண்கலைக் கல்வி வண்ணக் கலைப்பிரிவில், இளங்கலை, முதுகலைப் பட்டம், மேலாண்மையில் முதுகலைப் பட்டம், ஆய்வியல் நிறைஞர் பட்டமும் பெற்றவர்.

1991–இல் சென்னை விமான நிலையத்தில் இவரின் முதல் தனிநபர் கண்காட்சி நடந்தது, அதே ஆண்டில் நோட்புக் கவிதைகள் என்ற பெயரில் முதல் கவிதைத் தொகுப்பு வெளியிடப்பட்டது.

தொடர்ந்து விடம்பனம், தாளடி[1967], காகிதப்பூ மூன்று நாவல்கள், கலை அல்லது காமம், அச்சப்படத் தேவையில்லை, நம்மோடுதான் பேசுகிறார்கள், புனைவு, கனவு விடியும் ஆகிய கட்டுரைத் தொகுதி, பிரபஞ்சத்தை வாசித்தல், சிறுகோட்டுப் பெரும்பழம் கட்டுரை தொகுப்பு நூல்களையும் எழுதி வெளியிட்டிருக்கிறார்.

கணையாழி இலக்கிய இதழின் இணை ஆசிரியராக பணியாற்றியவர்.

தமிழ்நாடு அரசு 2018ஆம் ஆண்டில் துவங்கிய பள்ளிக்கூட மாணவர்களுக்கான புதிய பாடத்திட்டத்தின் புத்தகங்களுக்கு, வடிவமைப்புக்கான கொள்கைக் குறிப்புகளை எழுதி வடிவமைத்தவர், தலைமை வடிவமைப்பாளராகவும் செயல்பட்டு 60 நாட்களில் 35000 பக்கங்களுக்கு மேல் வடிவமைத்த குழுவின் தலைவராகச் செயல்பட்டார்.

தமிழ்நாடு அரசு விளையாட்டுப் பல்கலைக்கழகத்தின் சிண்டிகேட் உறுப்பினராகவும் செயல்பட்டவர்.

தமிழ் இலக்கியத்தில் கவிதைகளுக்கான, 1 லட்சம் ரூபாய் பரிசுத் தொகையுடன் கூடிய கவிஞர் ஆத்மாநாம் விருதை ஆண்டுதோறும் வழங்கும் ஆத்மாநாம் அறக்கட்டளையின் நிறுவனர்.

மின்னஞ்சல்: arunsriindia369@gmail. com

மனதைக் கிளர்த்தும் பரிசீலனை

இன்றைய வகுப்பறைக் கல்வி முறையைக் கேலி செய்யும் பல கதைகள் வழங்கி வருகின்றன. அவற்றுள் ஒன்று 'தென்னை மரத்தில் மாட்டைப் பிடித்துக் கட்டிய கதை.' மனப்பாடக் கல்விமுறையை, தேர்வு முறையைக் கேலி செய்ய எழுந்த கதை இது. இக்கதையை இன்னொரு கோணத்திலும் பார்க்கலாம். படிக்காத கட்டுரை கேட்கப்பட்டிருந்தாலும் அவ்விடத்தில் படித்த கட்டுரையை எழுதி வைக்கலாம் என மாணவர் முடிவெடுத்திருக்கிறார். தென்னை மரக் கட்டுரையை அப்படியே அவர் எழுதி வைக்கவில்லை. அதை மாடு பற்றிய கட்டுரையாக மாற்றும் சமயோசிதம் அவரிடம் இருந்திருக்கிறது. இது சுயசிந்தனை கொண்ட ஒருவருக்கு உதிக்கும் உத்தியல்லவா?

தமிழ் இலக்கண மரபில் கூறப்படும் பத்துக் குற்றங்களில் ஒன்று, 'மற்றொன்று விரித்தல்' ஒன்றைச் சொல்லத் தொடங்கி இடையில் அதை விட்டுவிட்டு வேறொன்றுக்குள் நுழைந்துவிடுதல் அது. உரையாடலில், சொற்பொழிவுகளில் இது சாதாரணமாக நிகழும். ஆனால் இதை நூலுக்குக் குற்றம் என்று இலக்கணம் வரையறுக்கிறது. நம் மரபில் 'நூல்' என்றால் அது இலக்கண நூலையே குறிக்கும். மற்றொன்று விரித்தல் என்னும் குற்றம் இலக்கண நூலுக்கே உரியது என்று கொண்டு அதை இலக்கியத்தில் ஓர் உத்தியாகப் பயன்படுத்துவது உண்டு. காப்பியங்களில் எத்தனையோ 'மற்றொன்று விரித்தல்'கள் காணப்படுகின்றன. கிளைக்கதைகள் எல்லாம் அப்படியானவையே. இலக்கணக் குற்றம் இலக்கிய உத்தியாகிறது.

சீனிவாசன் நடராஜனின் 'காகிதப்பூ' நாவலை வாசித்த போது மேற்கண்டவை நினைவுக்கு வந்தன. காரணம் இந்நாவலில் தென்னை மரத்தில் மாட்டைக் கட்டும் சமயோசிதம் ஓர் இலக்கிய உத்தியாகச் செயல்படுகிறது; மற்றொன்று விரித்தல் தெரிந்தே செய்யப்படுகிறது. வழக்கமான கதை சொல்லும் முறையைத் தவிர்த்து வெவ்வேறு விதமான முறைகளைப் பரீட்சித்துப் பார்க்கும் காலம் இது. குறிப்பாக

எவையெல்லாம் கூடாது, தவிர்க்கப்பட வேண்டும் எனக் கருதப்பட்டதோ அவற்றையெல்லாம் கைக்கொள்ளும் காலம். காலத்தைச் சரியாக உணர்ந்து இப்படியோர் இலக்கிய உத்தியை இந்த நாவலுக்குப் பயன்படுத்தியிருக்கிறார் சீனிவாசன். ரஜினி சங்கர் என்னும் பாத்திரத்தின் கதையைச் சொல்வதாகத் தொடங்கிக் கதைசொல்லி தன் கதையை விரித்துப் பின்பகுதியில் மீண்டும் ரஜினி சங்கரின் கதைக்கு வந்து நாவல் முடிகிறது. ஏன் நாவலாசிரியர் இந்த உத்தியைத் தேர்ந்தெடுத்திருக்கிறார்? நாவலாசிரியரின் நோக்கம் ரஜினி சங்கரின் கதையைச் சொல்வதா, கதைசொல்லியின் கதையைச் சொல்வதா? இரண்டையும் சொல்வதென்றால் எதற்கு முன்னுரிமை தருகிறார்? ஒருகதை அதிகப் பக்கங்களில் இருப்பதால் அதுதான் முதன்மை என்றாகிவிடுமா? கோட்டுச் சித்திரத்தின் புறக்கோடுகள் போல ஒருகதை இருந்தால் அது பிரதானமாகாதா?

ரஜினி சங்கரும் கதைசொல்லியும் சிறுவயது முதல் நண்பர்கள். இருவரின் கதைகளும் இணைகோடுகள் போன்றவை. அருகருகே இருப்பினும் ஒன்றை ஒன்று தொட்டுக்கொள்ளாத வகையில் வேறுவேறானவை; முரணானவை என்றும் சொல்லலாம். இருவரும் ரஜினி ரசிகர்கள்தான். ஆனால் ஒருவர் அதிலிருந்து எளிதில் விலகித் தம் வாழ்வுப் பாதையை அமைத்துக்கொள்கிறார். இன்னொருவர் விலக இயலாமல் பயணப்படுகிறார். விலக இயலாமை என்பது பயணம்கூட அல்ல. அது செக்குமாட்டுச் சுழற்சி. ரஜினியைப் போல உடை உடுத்திக்கொள்வதும் தலைமயிரை மாற்றிக்கொள்வதும் அவருக்கு என்ன தருகின்றன? அது தரும் தனித்த அடையாளம் காரணமாக இருக்கலாம். எல்லோருக்குமே ஏதோ ஒருவகையில் அடையாளச் சிக்கல் இருக்கிறது. சிலர் தம் அடையாளத்தால் எல்லாவற்றையும் பெற்றுக்கொள்கிறார்கள். சிலர் தம் அடையாளத்தால் எல்லாவற்றையும் இழக்கிறார்கள். அடையாளப்படுதல் எப்படியாயினும் முக்கியமாக இருக்கிறது.

ரஜினியைப் போலச் சிகரெட் பிடிக்க முயன்று அதனால் கூரை வீடே எரிந்து போகிறது. வேலை செய்ய முடியவில்லை. வெறும் கனவுகள் மட்டுமே மிஞ்சுகின்றன. ரஜினி அரசியலுக்கு வந்தால் தனக்கு எல்லாம் கிடைத்துவிடும் என்னும் நம்பிக்கை மட்டுமே ரஜினி சங்கருக்கு

மிஞ்சுகிறது. அதுவும் இல்லை என்றான பிறகு தன்னை மாய்த்துக்கொள்வதே ஒரே வழியாகிறது. நாவலில் ரஜினி சங்கரைப் பற்றி மிகக் குறைவாகவே வந்தாலும் இப்படி அதுவே மனதில் முன்னிற்கிறது. கதைசொல்லியின் வாழ்க்கைக் கதைக்குள் அடுத்தே நம் கவனம் செல்கிறது. அந்தக் கதை தனித்துப் பார்க்கத்தக்கது. செல்வக் குடும்பம் ஒன்றின் வாரிசுக்கு இயல்பாக அமைபவை, அலைக்கழிந்து பெறுபவை, தன்னைப் பொறுத்திக்கொள்ள முடிபவை, முடியாமை, சுயதேர்வுகளுக்குப் பெரும் வாய்ப்பு இருத்தல் என அக்கதையை வாசிக்கலாம். அதுவல்லாமல் கலைஞனின் அலைக்கழிதல் என்றும் வாசிக்கலாம்.

இருவரின் வாழ்க்கைக்கும் காரணமாக அமைவது கலையே. ஒரு கலை வாழ்க்கையைத் தருகிறது; இன்னொன்று வாழ்க்கையை அழிக்கிறது. அப்படிச் சொல்வதுகூட அபத்தம் என்றே எனக்குப் படுகிறது. எது ஆக்கம், எது அழிவு என வாழ்க்கையைப் பகுத்துப் பார்த்துச் சொல்லிவிட முடியுமா? ஒவ்வொன்றும் ஒவ்வொரு வழி. தீவிரக் கலை வாழ்க்கையைத் தருகிறது; வெகுசனக் கலை வாழ்க்கையை அழிக்கிறது என்று இக்கதையை வாசிப்பதில் எனக்கு இடர்ப்பாடு இருக்கிறது. ரஜினி சங்கரின் வாழ்க்கை தியாகத்தின் அடையாளமாக மாறிப் போகலாம். அவருக்கு நினைவேந்தல்கள் நடக்கலாம்; சிலைகள் நிறுவப்படலாம். ஒன்றைச் சரியென்றும் இன்னொன்றைத் தவறென்றும் வகைப்படுத்துவதற்கு நாம் வைத்திருக்கும் விழுமியங்கள் போதுமானவை அல்ல. ஒவ்வொன்றும் ஒவ்வொரு வழி; வகை என்றுதான் கருத வேண்டியிருக்கிறது. தற்கொலை செய்துகொள்வதை திருக்குறள்கூட ஆதரிக்கிறது. 'மயிர் நீப்பின் உயிர் வாழாக் கவரிமா அன்னார்' என்கிறது. மானத்திற்காக உயிரை மாய்த்துக்கொள்ளும் தற்கொலைக்கு ஆதரவுக் குரல் இது. தற்கொலை ஆதரிக்கப்படுதலும் எதிர்க்கப்படுதலும் அதன் பின்னணியில் உள்ள காரணத்தைப் பொறுத்து மாறுபடுகிறது. இந்நிலையில் உயர்வு, தாழ்வு என்பதெல்லாம் கற்பிதமே.

நடிகர்கள், ரசிகர் மன்றங்கள், நடிகர்கள் அரசியலுக்கு வருதல் தொடர்பாக இன்றைக்கு என் பார்வை வேறுபட்டிருக்கிறது. 1970களின் இறுதியிலும் 1980களின் தொடக்கத்திலுமாக எட்டாண்டு காலம் திரையரங்கம் ஒன்றில் என் நாட்கள் கழிந்தன. திரைப்பட விரும்பிகள்,

ரசிகர்கள், வெறியர்கள் எனப் பலவகையானவர்களையும் நான் நன்றாக அறிவேன். பச்சை குத்திக்கொள்ளுதலும் ரத்தத்தில் எழுதுதலும் தன் தோற்றத்தை மாற்றிக்கொள்வதும் என எத்தனையோ காட்சிகள். முதல் காட்சிக்கு டிக்கெட் கிடைக்கவில்லை என்று கத்தி சகிதமாகச் சுவரேறிக் குதித்து வந்த கும்பல்களைக் கண்டிருக்கிறேன். கட்-அவுட் பாலாபிஷேகத்தின் போது விழுந்து மரித்த இளைஞர்களைத் தெரியும். அப்போதெல்லாம் நடிகர்களை வெறுத்திருக்கிறேன்; ரசிகர் மன்றங்கள் ஒழிய வேண்டும் என்று கருதியிருக்கிறேன். ஆனால் இன்று அப்படி அல்ல.

ரசிகர் மன்றங்களின் இடத்தை இன்று சாதிச் சங்கங்கள் பிடித்துக்கொண்டன. ஒவ்வொரு கிராமத்தின் நுழைவாயிலிலும் பல்வேறு சேஷ்டை போஸ்களுடன் காணப்படும் இளைஞர்களின் பெரும்பதாகைகள் நிற்கின்றன. அவை ஒற்றைச் சாதிக்காரர்களையே கொண்டிருக்கின்றன. சாதி அடையாளம் பெற்ற ஆயுதங்களைக் கொண்ட ஸ்டிக்கர்கள் ஒட்டிய வாகனங்கள் அச்சமூட்டுகின்றன. ரசிகர் மன்றங்கள் அப்படி ஒருபோதும் அச்சுறுத்தியவை அல்ல. அதுவும் தமிழர் அல்லாத நடிகர்களுக்கு எல்லாச் சாதிகளிலும் ரசிகர் கூட்டம் உண்டு. எம்ஜிஆரைச் சாதி அடையாளத்திற்குள் அடக்கித் தமிழ்ச் சமூகம் பார்க்கவில்லை. மொழி சார்ந்து அவரை விலக்க முயன்ற செயல்பாடுகளை எள்ளி நகையாடித் தமிழ்ச் சமூகம் கடந்து போயிற்று. சாதிச் சங்கங்களையும் ரசிகர் மன்றங்களையும் ஒப்பிட்டுப் பார்த்தால் ரசிகர் மன்றங்களை வரவேற்பதைத் தவிர வேறு வழியில்லை. நமது மீட்பர்களாக நடிகர்களே இருக்கட்டும்; சாதித் தலைவர்கள் வேண்டாம் என்றே சொல்லத் தோன்றுகிறது.

சமகாலப் பிரச்சினை ஒன்றைக் கையிலெடுத்து அதை நாவலாக்கியிருக்கிறார் சீனிவாசன் நடராஜன். அது இப்படிப் பல யோசனைகளில் நம்மை ஆழ்த்துகிறது. இதில் சீனிவாசனின் சுயசரிதம் இருக்கிறது. சென்னையில் நானிருந்த ஒன்றரை ஆண்டுகளில் சீனிவாசன் எனக்குப் பெரும் ஆறுதலாக இருந்தார். அப்போது அடிக்கடி எங்களுக்குள் சந்திப்புகள் நடக்கும். அப்போதெல்லாம் தம் வாழ்க்கை பற்றித் துண்டுதுண்டாக அவர் பேசிய பேச்சுக்களின் தொகுப்பு போல என் காதில் இந்நாவல் ஒலிக்கிறது. ரஜினி சங்கர் மட்டும்தான் எனக்குப் புதிது.

நாவலுக்கு இப்படிப்பட்ட வடிவம்தான் இருக்க வேண்டும் என்னும் வரையறைகள் தகர்ந்து போய்விட்டன. பல்வேறு பரிசீலனைகளுக்கும் இடம் தரும் இலக்கிய வகைமையே நாவல். சீனிவாசன் எழுதும் நாவல்கள் எல்லாம் அப்படியான பரிசீலனைகளாக அமைவது தற்செயல் அல்ல. அவரது பார்வைகளோடும் கருத்துக்களோடும் எனக்குப் பல முரண்கள் இருக்கின்றன. எனினும் அவர் செய்யும் பரிசீலனைகளை ஆவலோடு கவனித்து வருகிறேன். அவ்வகையில் 'காகிதப்பூ' மனதைக் கிளர்த்தும் ஒரு பரிசீலனை.

— பெருமாள்முருகன்

24—01—21, நாமக்கல்.

என்னுரை

திருநாரையூர் நம்பியாண்டார் நம்பி, ஒருநாள் பிள்ளையாருக்கு நெய்வேத்தியம் கொண்டு போய் கொடுக்க, அதைப் பிள்ளையார் சாப்பிட்டக் கதை நமக்குத் தெரியும். பொல்லாப்பிள்ளையார் கதைக்குப் பிறகு குளத்தங்கரை அரசமரம் கதையும் தெரியும். இப்படி பல்வேறு கதைகள் நமக்குத் தெரிந்திருந்தாலும் இந்தக் கதை நமக்குத் தெரியாத, தெரிந்த கதை.

தெரியாத தெரிந்த கதையில் நான் இருக்கிறேன், நீங்களும் இருக்கிறீர்கள். நானும் நீங்களும் மற்றும் பலரும் இருக்கிறார்கள். இந்தக் கதையில் நாம் எல்லோரும் இருக்கிறோம் என்றாலும், இது கதை என்பதால் நாம் யாருமே இந்தக் கதையில் இல்லை.

யாருமே இல்லாத இந்தக் கதை, யாரைப் பற்றிய கதை? யாரைப் பற்றியும் இல்லை. வெறுமனே எழுதப்பட்ட வெறும் கதை. கதை என்பது சொல்லப்படுவது. கதை என்பது எழுதப்படுவது. கதை என்பது இட்டுக் கட்டப்படுவது.

இட்டுக்கட்டிச் சொல்வதற்கு ஆதாரம் எதுவும் தேவை இல்லை. இந்தக் கதையில் சொல்லப்பட்டிருக்கும் கதாபாத்திரங்களுக்கு எந்த ஆதாரமும் இல்லை. ஆதாரம் இல்லாத கதாபாத்திரங்கள் மட்டுமே இந்தக் கதையில் உலாவுகின்றன. எதன் பொருட்டும் இந்தக் கதை எழுதப்படவில்லை. இட்டுக்கட்டப் படுவதற்காகவே இந்தக் கதை எழுதப்பட்டது.

இது கதையாகவே இருக்கிறது. நல்ல கதையா? மோசமான கதையா? மோசமான கதை என்றால், யாருக்கெல்லாம் இது நல்ல

கதை? நல்ல கதை என்றால், யாருக்கெல்லாம் இது மோசமானக் கதை? இது கதையே இல்லை என்றால், இது என்ன? இது என்ன என்று கேட்பவர்களுக்கு, இதை நான் கதை என்று சொல்கிறேன்.

இதுதான் கதை என்று நான் சொல்லவில்லை. இதுவும் கதைதான் என்று சொல்ல வருகிறேன். இப்படி சொல்ல வருவதற்கு ஏதாவது காரணம் என்னிடம் இருக்க வேண்டும். காரணம் இருக்கிறது. என்ன காரணம்? எனக்கு ஒரு கதை சொல்ல வேண்டும் என்கிற காரணம்.

அது மட்டுமே காரணமா? ஆமாம், அது மட்டுமே காரணம். "நீ ஏன் கதை சொல்ல வேண்டும்?" என்று கேட்பவர்களுக்கு, உண்மையான பதிலை எனக்குச் சொல்லத் தெரியவில்லை. எனக்குக் கதை சொல்ல வேண்டும் என்று தோன்றியது, கதையைச் சொல்லி இருக்கிறேன். அது கதையாக இருக்கிறது என்று நான் நம்புகிறேன். நான் நம்பியக் கதையை உங்களுக்குச் சொல்லி இருக்கிறேன் என்றுதான் நினைக்கிறேன்.

நினைப்பதற்கு எனக்கு ஏதோ ஒரு உந்துதல் இருக்கிறது. என்ன உந்துதல்? இந்தக் கதையை, எனக்கு யாரோ சொல்லி இருக்கிறார்கள். யார் எனக்கு சொன்னது? யாரோ ஒருவர் சொன்னக் கதையை, கேட்ட ஒருவர் எனக்குச் சொல்லி இருக்கிறார். அந்த யாரோ ஒருவரும் எனக்குத் தெரியாது, இந்த யாரோ ஒருவரையும் எனக்குத் தெரியாது.

என்னை எனக்குத் தெரிந்திருக்கிறது. அதனால் இந்தக் கதை எனக்குத் தெரிந்திருக்கிறது. இந்தக் கதை எனக்குத் தெரிந்ததால், இதை கதை என்று நான் உங்களுக்குச் சொல்கிறேன். இது கதை இல்லாமலும் போகலாம். கதையாகவும் இருக்கலாம். கதையாக நினைப்பவர்கள் கதையாகப் படிக்கவும். கதை இல்லை என்று நினைப்பவர்கள், கதை இல்லை என்று படிக்கவும். படிக்கக் கொடுத்திருக்கும் எனக்கு, இதை கதையாகத்தான் கொடுத்திருக்கிறேன் என்று சொல்லும் நம்பிக்கை இருப்பதைப்போலவே, இதைக் கதையாகக் கொடுக்கவில்லை, கதையாகவும் இல்லை என்று சொல்லும் நம்பிக்கை படிப்பவர்களுக்கும் இருக்கலாம்.

படிப்பவர்கள், "கதை சொல்லியான எனக்கு ஒரு கதை தெரிந்திருக்கிறது அதை கதையாகச் சொல்லத் தெரியவில்லை" என்றும் சொல்லலாம். "ஒரு கதை தெரிந்து இருக்கிறது, அதை

கதையாகச் சொல்லத் தெரிந்து இருக்கிறது'' என்றும் சொல்லலாம். ''சொல்வதற்கு ஒன்று இருக்கிறது அதை கதையாகச் சொல்லி இருக்கிறார்'' என்றும் சொல்லலாம். ''எல்லாம் தெரிந்து தானே இருக்கிறது, எதற்காக இதற்கு ஒரு கதை?'' என்றும் சொல்லலாம். ஆகக்கூடி இப்படி ஒன்றை எழுதுவதற்கு எனக்குத் தூண்டுதலாக இருந்த பல மரணங்கள் என் கண் முன்னே, என் வாழ்வில் நடந்தேறியதன் பொருட்டே இந்தக் கதையை நான் கதையாகச் சொல்லி இருக்கிறேன்.

கதையில் வரும் ஒருவன் சினிமாவுக்கு உயிரைக் கொடுத்தான், இன்னொருவன் வாழ்க்கைக்குத் தன்னைக் கொடுத்தான். படிக்கிறவர்களுக்கு தங்களை இவனாகவும் அல்லது அவனாகவும் கதையோடு பொருத்திக்கொள்ள முடியும். பொருந்தாமலும் போகலாம்.

கதையில் கலை இரண்டாக இருக்கிறது. தீவிர தன்மை கொண்ட வாழ்க்கை ஒன்று, அன்றாடங்களில் இருந்து விடுவித்துக் கொள்ளும் பொழுதுபோக்கு மற்றொன்று. பொழுதுபோக்கின் வழி வாழ்க்கை, அதன் வழி சமூகம், அதிலிருந்து அரசியல், அதுவே நாடு என்றாகிவிட்ட ஒன்றும், மாற்று, சிந்தனை, சமூகம், அதன் வழி கலை, கலை வழி விடுதலை மற்றொன்று என்றும் பார்க்கலாம்.

ஜாதி, மொழி இரண்டிலும் கலை காணாமல் போய் விட்டதோ என்ற கவலை, இந்தக் கதையை எழுத, இட்டுகட்ட, என்னைத் தூண்டி இருக்கலாம். கதையை கதையாகவே வாசிக்க முடியும் என்கிற நம்பிக்கையில் இந்த நாவலை உங்களுக்குப் படிக்கக் கொடுக்கிறேன். இது என்னுடைய கதை அல்லது உங்களுடைய கதை எனத் தோன்றினால், அதற்கு நான் பொறுப்பல்ல.

இந்தக் கதையின் யுக்தி, சமூக வலைதள செயலி பதிவிறக்கம் செய்யப்பட்டு, கைபேசியில் காணொளிகளை தொடர்ச்சியாக ஓடவிட்டு, மேலும் கீழுமாக நகர்த்தினால், பக்திப் பாடல், சமயல் குறிப்பு, பாலியல் படங்கள், சொற்பொழிவு, பல்பொடி தயாரிப்பு, நாதஸ்வர கச்சேரி, அரசியல் பிரச்சாரம், மத போதனை, டெக் நியூஸ் என்று மாறி மாறி ஒலிக்கும். இந்த வரிசையும் கூட மாறி மாறி வரலாம். இதில் சொல்லப்படாத வகைபாடுகளும் இருக்கலாம். அப்படித்தான் இந்த நாவல், ஒழுங்கற்ற கூறல் முறையைக் கொண்டிருக்கிறது. மேலும் தொடர்பற்ற

தொடர்புகளைக் கொண்டிருக்கிறது. இந்த நாவல், எழுதப்பட்டதிலிருந்து வெளியேறி வெற்றிடத்தில் விரிவதாகக் கொள்க.

பயிற்சியின் வெளிப்பாடு கைத்திறன், அறிவின் வெளிப்பாடு பகுப்பாய்வு, உணர்வின் வெளிப்பாடு வாழ்க்கை. மூன்றின் கலவை, ஒரு கருவி வழி வெளிப்பட்டால், கலை. இந்த சூத்திரத்தை உடைக்க முற்பட்டிருக்கிறேன். புதியன செய்து பார்த்தல் புதிதல்லவே.

அன்புடன்

சீனிவாசன் நடராஜன்

24.01.2021

காகிதப்பூ

‘காகஜ் கே ஃபூல்’ படம் ஓடிக்கொண்டிருந்தது. அன்றைய ஹிந்தித் திரையுலகின் சூப்பர் ஸ்டார் ‘குரு தத்’ எனக்கு மிகவும் பிடித்தமான கதாநாயகன். அப்போதெல்லாம் மாயவரத்தில் மட்டும்தான் ஹிந்திப் படங்கள் திரையிடப்படும். எனக்கு ஒரு சித்தப்பா இருந்தார். அவருக்கு ஹிந்திப் பாடல்களைக் கேட்கவும், ஹிந்திப் படங்களைப் பார்க்கவும் மிகவும் பிடிக்கும். அவருடைய வீட்டில் ஒரு மிகப் பெரிய கிராமபோன் பிளேயர் இருந்தது. அதில் எல்லா இசைத்தட்டுகளிலும் ஹிந்திப் பாடல்களே ஒலித்துக் கொண்டிருக்கும். இப்படித்தான் கொஞ்சம் கொஞ்சமாக ஹிந்தித் திரைப்படங்களுக்கு என் மனதைப் பறிகொடுத்துக் கொண்டிருந்தேன். எப்போதெல்லாம் நான் என் நண்பர்களிடம் இருந்து பிரிந்து செல்கிறேனோ, அப்போதெல்லாம் மற்றவர்களை விடவும் நான் உயர்ந்த ரசனைக்குள் சென்று விடுவதாக ஓர் எண்ணம் அவ்வப்போது தோன்றி மறைந்தது.

அப்படித்தான் ரஜினி சங்கரும், நானும் பார்த்த பல தமிழ்ப் படங்களை, முன்னமே ஹிந்தியில் பார்த்திருக்கிறேன். ‘ஷோலே’ படம் வந்த போது எனக்கு அமிதாப் பச்சன் அறிமுகமானார். அதே சமயம், ரஜினி சங்கருக்கு ரஜினியும், அமிதாப்பும்

ஒன்றாக அறிமுகமானார்கள். ஒவ்வொரு முறையும் சினிமா எங்கள் இருவரையும் வெவ்வேறு இடங்களுக்கு நகர்த்தியது. நான் திரைப்பட விளம்பரப் போஸ்டர் டிசைனை சிலாகித்துப் பேசும் பொழுதெல்லாம், ரஜினி சங்கர் தமிழ்ப்படக் கதாநாயகனின் தலை கோதும் ஸ்டைலையும், அவர் சிகரெட்டைத் தூக்கிப் போட்டுப் பிடிக்கும் வித்தையையும் சிலாகித்துக் கொண்டிருப்பான். நான் தசரத் பட்டேலைப் புகழ்ந்து பேசும்போது, ரஜினி சங்கர் எஸ்.பி.முத்துராமன் தமிழில் சிறந்த இயக்குநர் என புகழ்ந்து பேச ஆரம்பிப்பான். நான் சத்யஜித்ரேவைத் தரிசித்த போது, ரஜினி சங்கர் விட்டலாச்சாரியாரைப் புகழ்ந்து கொண்டிருந்தான்.

எப்படியோ, நாங்கள் இருவரும் ஒன்றாகவே ஊர் சுற்றினாலும், எங்கள் இருவரின் உலகங்களும் வெவ்வேறாகப் பிரிந்து கிடந்தன. அடர்ந்த கானகத்தில் தனித்து விடப்பட்ட ஒரு குழந்தையைப் போல அலைந்து திரிந்து எனக்கான ஒவ்வொன்றையும் தேடிச் சேகரித்துக் கொண்டிருந்த எனக்கும், இதுதான் புரிகிறது; மகிழ்ச்சியைத் தருகிறது. இப்படி நம்பி, ரஜினியோடு அடைக்கலம் ஆகிவிட்ட, வெகுஜன ரசனையின் அடையாளம் ரஜினி சங்கர்-னு இப்ப எனக்குத் தோணலாம். ஆனால், எனக்கும்கூட கே. பாலச்சந்தர் கொஞ்ச நாட்களுக்குத் தீனி போட்டவர் தானே, என்ன பெரிய வித்தியாசம்? இப்போது நான் கொஞ்சம் உற்றுக் கவனிக்கவும், சிலவற்றை உதாசீனப்படுத்தவும் தெரிந்துகொண்டு விட்டேனா?

எல்லையில்லாப் பேருலகின் எல்லைகளைத் தொட்டுப் பார்க்கப் பார்க்க, சினிமாவைத் தாண்டியும், சினிமாவுக்கு உள்ளேயும் பலவும் இருப்பது தெரிந்து போயிற்றா? ஆப் ஆர்ட்(Op Art), பாப்(Pop) கலாச்சாரம் என்றெல்லாம் பேச முனைந்ததுதான் என் வாழ்வின் பெருந்துயரமா? இது எதுவுமே இல்லாமல் பிளாக்குல டிக்கெட் விக்கிறது, போஸ்டர் ஒட்டறது, அதுக்குள்ள ஒரு கொள்கைச் சாயம் பூசுறது, ஒரு சினிமாக் கதாநாயகனை வரித்துக் கொள்வது, அந்தப் பிம்பத்தின் நிழலில் இளைப்பாறுவது, அதையே வாழ்க்கை எனக் கொண்டாடுவது. இப்படியெல்லாம்

நானும்கூட ஒரு ரசிகக் குஞ்சாக இருந்து விட்டுப் போயிருக்கலாம். எதற்காக இத்தனை உள் அடுக்குகளின் முனைகளின் மூலைகளைத் தேடித் திரிய வேண்டும்? ஏன் பிஸ்மில்லாகானை, அல்லா ரக்காவை, எம்.எல்.வி-யைக் கேட்க வேண்டும்? ஒரு லட்சுமிகாந்த் பியாரிலால் போதாதா? கிஷோர் குமாரோடு திருப்தி அடைந்து வாழ்ந்திருக்கக் கூடாதா? சஞ்சீவி நாயுடுவின் பிள்ளைகள் வரைந்து, கடைகளில் தொங்கிக்கொண்டிருந்த விளம்பரப் பலகைகளுடனேயே என் வாழ்வை முடித்துக் கொண்டிருக்கக் கூடாதா? அந்த மாதிரி ஒரு விளம்பரப் பலகையில்தானே சுமங்கலி சில்க் ஹவுசில் ரஜினி, பட்டுவேட்டி-பட்டுச்சட்டையில் பளபளத்தார். அந்தத் தோற்றத்தைக் கண்ட ரஜினி சங்கர், அதிலேயே கூட மயங்கி நின்று போய் இருக்கலாம். நான் வரைந்தவனைத் தேடினேன். அவன் வரையப்பட்டவனைத் தேடினான். என் தேடுதலுக்கு இன்றுவரை முற்றுப்புள்ளி வைக்க முடியவில்லை. அவன், எப்போதோ முற்றுப் புள்ளியாய் மாறிப்போனான்.

குருதத்தின் கதையும் எங்களைப் போல்தான். இல்லை! இல்லை! என்னைப் போல்தான். யாரிடம் கேட்பது சாருலதாவின் கதையை? காட்சிகள் புரிகின்றன, கதை தெரியவேண்டும். காட்சிக்கலைக்கும், கதை சொல்லிக்கும் பெரிய வித்தியாசம் இருக்கிறது. தஞ்சை பிரகாஷ், கதை சொல்லிகளின் புதிய அத்தியாயம். ரஜினி சங்கருக்கு, பாலகுமாரனே கூட ரஜினி வழி அறிமுகமே.

இரண்டு பேருமே பள்ளிக்கூடத்தில் படித்துக் கொண்டிருந்தோம். தினத்தந்தி செய்தித்தாளில் வரும் ரஜினி திரைப்படங்களின் செய்திகளைத் தவிர, சங்கர் வேறெதையும் படித்ததாக என் நினைவில் இல்லை. நானோ தினமணியை அதன் தலையங்கத்தில் இருந்து விளையாட்டுச் செய்திகள் வரை ஒரு வரி விடாமல் படித்து வந்திருக்கிறேன். எங்கே பிரிந்து கிடக்கிறேன் நான் அவனிடமிருந்து? எதற்காக சஞ்சய் காந்தியின் மரணம் என்னைப் பாதிக்க வேண்டும்? எதற்குப் புதிய வகை மோட்டார் கார்களைப் பற்றித் தெரிந்து கொள்ள வேண்டும்? அவனுக்குப் பிளைமூத்தும் ஹெரால்டும் கூட, கல்யாண ஊர்வலத்தில் அலங்காரம் செய்து

கொண்டு போகும் கார்கள் மட்டுமே. இப்படி அப்படின்னு ஒவ்வொரு வினாடியும் வெவ்வேறாக இருந்தும், நாங்கள் எப்படி ஒன்றாகப் பயணித்தோம்?

எல்லாருக்கும் ஒரு கதை இருக்கிறது. எங்களுக்கும் கதை இருக்கிறது. இது போகன்வில்லாவின் அல்லது காகிதப்பூவின் கதை. இறக்குமதி செய்யப்பட்ட எத்தனையோ கொய்மலர்கள் இருக்கின்றன, எல்லாம் வாடி வதங்கும் அல்லது பூத்து காய்க்கும். எங்கள் வாழ்க்கை அப்படியா? வாடி வதங்காமல், பூத்து காய்க்காமல், நறுமணமற்று, நிரந்தரமாய் வெளுத்துப் போய் விட்ட காகிதப் பூவோ என நினைக்கத் தோன்றியது. ரஜினி சங்கர் இன்றைக்கும் சந்தோஷமாகப் 'பேட்டை' படத்துக்கு, அது ரிலீசான அன்றைக்குத் திரை முன்பு குத்தாட்டம் போடுகிறான். ஆனால் எனக்கு, மீரா நாயரும் சேகர் கபூரும் தேவைப்படுகிறார்கள். லஞ்ச் பாக்ஸ், லுட்டேரா இவையும் கூடப் போதாமையை, திருப்தியின்மையை வளர்க்கின்றன. எப்படி, எந்தப் புள்ளியில் முழுமை அடைவது? எதைத்தேடி இந்தப் பயணம்? ரஜினி சங்கரின் வழியாகவே பயணத்தின் முதல் அடியை, எங்கள் கதையின் முதல் முடிச்சை அவிழ்க்கப் பார்க்கிறேன்.

அவனிடம் ஓர் அலுமினியப் பெட்டி இருந்தது. அந்தப் பெட்டியைப் பாட்டிதான் வாங்கித் தந்திருந்தாள். அவனுடைய பாடப் புத்தகத்தை அடுக்கிக் கொண்டு பள்ளிக்கூடத்துக்கு எடுத்துட்டுப் போக வசதியாக இருக்கும்னு. பெட்டியைத் திறந்ததும் மேல் மூடியில் துணியால் செய்யப்பட்ட சுருக்குப் பை ஒன்று இருக்கும். அதில் சிலேட்டுக் குச்சி போட்டு வைத்துக் கொள்வது அவன் வழக்கம். ஒரு சிலேட்டு, ரெண்டு மூணு குச்சி, எழுதுறத அழிக்குறதுக்குத் தண்ணித் தண்டு, ஒரு மயிலிறகு, இவ்வளவுதான் அந்தப் பெட்டியில் வைத்து எடுத்துப் போவான். அவனோட அண்ணன், சிதம்பரம் காலேஜுல படித்துக் கொண்டிருந்தான். ராஜா தியேட்டர்ல 'தாய் மீது சத்தியம்' படம் ஓடிக்கொண்டிருந்தது. அன்னைக்கு 'டிரெயின் டே' கொண்டாடுனாங்க. டிரெயின் டே-ன்னா மாயவரத்துல இருந்து

சிதம்பரம் போற ரயில அலங்கரிச்சு, பாட்டு கூத்தெல்லாம் நடத்தி, ஸ்டேஷன் மாஸ்டரு, மணி அடிக்கிறவரு, கேட் கீப்பரு, பாய்ண்ட் மேனு, இஞ்சின் டிரைவரு, கூட்டி பெருக்குற ஆயாங்க, எல்லாருக்கும் புதுத் துணி, பரிசுப் பொருள்லாம் வாங்கிக் குடுத்து சந்தோசப் படுத்துறது. வருசத்துக்கு ஒரு தடவை அந்த டிரெயின் முழுக்க கொண்டாட்டந்தான். அந்த டிரெயினோட நம்பர் லெவன். ராத்திரி கொண்டாட்டமெல்லாம் முடிஞ்சு, ஏதாவது ஒரு தியேட்டர்ல மொத்த டிக்கெட்டையும் வாங்கி எல்லாரையும் சினிமாவுக்குக் கூட்டிட்டுப் போவாங்க. அப்படித்தான் அன்னைக்கு அண்ணனோடு சேர்ந்து அவனும் படத்துக்குப் போனான். என்னையும் கூட்டிட்டுப் போனாங்க. படத்தோட ஹீரோ 'ரஜினி'. படத்துல குதிரை, நாய், எல்லாம் நடிச்சிருந்தது. அவனுக்கு அந்த நாயையும் ரஜினியையும் ரொம்ப பிடிச்சிப் போயிடுச்சு.

கொஞ்ச நாளைக்கு அப்புறம், அவன் வீட்டுக்குப் பக்கத்துல இருந்த ஸ்டார் தியேட்டர்ல போக்கிரி ராஜா படம் வந்தது. அந்தப் படத்தோட ஸ்டிக்கர் வாங்கி, அலுமினியப் பெட்டியில ஒட்டிக்கிட்டான். ரஜினி படம்னா அவனுக்கு உசுரு. கொஞ்சம் கொஞ்சமா ரஜினி படம், ரஜினி படம் மட்டுமே பார்க்கத் தொடங்குனான். ரஜினி பாட்டுக்கு டான்ஸ் ஆடுறது, ரஜினியைப் போல கிராப் வெட்டிக்குறது, ரஜினி போல வசனம் பேசுறதுன்னு, ஒரு குட்டி ரஜினியாவே அவன் உலா வரத் தொடங்குனான். 'முரட்டுக்காளை' படத்துக்குத் தெரு முழுக்க வாழைமரம் கட்டி, மாவிலைத் தோரணம் தொங்கவிட்டு, ரஜினிக்கு கட்அவுட் வெச்சான். செல்வ முருகனோடு சேர்ந்து 'மனிதன்' ரஜினி ரசிகர் மன்றத்தை ஆரம்பிச்சான்.

ஒருநாள், மன்றத்தை ஆரம்பிக்க மெட்ராசுக்குப் போனவன், ரஜினிகூட ஃபோட்டோ எடுத்துகிட்டு வந்தான். அதைப் பெருசா ஃபிரேம் போட்டு வீட்டுல மாட்டி வெச்சான். அவன் பேர, 'ரஜினி சங்கர்' -ன்னு மாத்திக் கிட்டாலும், மன்றத்து ஆளுங்களுக்கு 'மனிதன்' சங்கராகத்தான் அறியப்பட்டான். சிதம்பரத்தில் ரிலீஸாகும் ரஜினி படங்களுக்கு நாலு ஷோவையும் புக் பண்ணி

அதிக விலைக்கு டிக்கெட் விப்பான். ரஜினி படங்களுக்கு ஊர்வலம் விடுறது, கட்அவுட் வைக்குறது, பாலாபிஷேகம் செய்யுறது எல்லாம் அவனுடைய கைங்கரியமே. பத்தாவதோடு படிப்பை நிறுத்தியவன், அவனோட அப்பாவைப் போல பந்தல் காண்ட்ராக்ட் எடுத்துச் செய்ய ஆரம்பிச்சான்.

ஒரு நாள், அவனுக்கு மெட்ராஸுல இருந்து ஃபோன் வந்துச்சு. பக்கத்து வீட்டு வாத்தியார்தான் சங்கர்கிட்டச் சொன்னாரு; “யாரோ ரஜினியாம், ஒன்னக் கூப்புடுறாரு”. அவனுக்குத் தலையும் புரியல, காலும் புரியல.

“என்ன சங்கர், எப்படி இருக்கீங்க?” - ங்ற குரலைக் கேட்டதும் புரிஞ்சி போயிட்டு. அது நண்பர்களோட விளையாட்டுனாலும் அதை அவன் உண்மை-ன்னு நம்ப ஆரம்பிச்சான்.

காலையில வீட்டுல இருந்து கிளம்பும்போது ரஜினியாகவே கிளம்பி, தூங்கும் போதும் ரஜினியாகவே தூங்க ஆரம்பிச்சான். எங்க ஊர்ல, ரஜினியே இல்லாமக் கூட ரஜினி படம் வரும், ஆனால் ரஜனி சங்கர் இல்லாம வராது. மாசா மாசம், அஞ்சு புத்தகம் ரஜினி பேருல வரும். அதுல ‘ரஜினி ரசிகன்’ ரொம்பப் ஃபேமஸ். ஏன்னா, அதுல ரஜினியோட ப்ளோ-அப் போஸ்டர் கொடுப்பாங்க. வீட்டுக்கு அரிசி வாங்குறானோ இல்லையோ, ‘ரஜினி ரசிகன்’ வாங்கிடுவான். ஏன்னா, அவன் ‘ரஜினி சங்கர்’.

ஆசை நூறு வகை.. வாழ்வில் நூறு சுவை வா...

போதும் போதுமென.. போதை தீரும் வரை வா..

தினம் ஆடிப்.. பாடலாம்... பல ஜோடி.. சேரலாம்..

மனம் போல்.. வா.. கொண்டாடலாம்..

அப்படீன்னு பாடிகிட்டு இருந்தவன், மெட்ராஸையே பாக்காதவன், தளபதி பட ஆடியோ கேசட் வாங்குறதுக்கு நாலு பேர்கிட்ட கடன் வாங்கி, தனியா மெட்ராஸ் போனான். ஆடியோ கேசட் வாங்கிட்டு வந்து, விடிகாலையில மூணு மணிக்கெல்லாம்

எல்லாத் தெருவுலயும் மைக்செட் கட்டி, தளபதி பட பாட்டை ஓடவிட்டான். எங்க திருவிழா நடந்தாலும், ‘ராக்கம்மா கையத்தட்டு..’ பாட்டுதான், டிவி-யில ரஜனி சங்கர் ரஜினி படம் போடுவான். அதுல இருந்து நான்தான் அவனுக்கு ‘தேவா’. ஏன்னா எப்பவுமே எனக்கு அவன்தான் ‘சூர்யா’, எனக்காக உயிரையும் குடுப்பான்.

உள்ளாட்சித் தேர்தல் வந்தப்ப எல்லாக் கட்சியிலையும் அவனை நிக்கச் சொன்னாங்க. “தலைவன் கட்சி ஆரம்பிச்சாதான் அரசியலுக்கு வருவேன்”-னு தெளிவாச் சொன்னவன், அவனோட ஃப்ரண்டுங்க ரெண்டு பேர கவுன்சிலர் ஆக்குனான். ஒரே வருஷத்துல, கவுன்சிலரா இருந்தவங்க, கடன்ல மூழ்கிக்கிட்டு இருந்த இவன் வீட்டையே வாங்கி வெள்ளை அடிச்சுப் பக்காவாப் புது வீடாட்டம் ஆக்கினாங்க. அப்பக்கூட அவன் சொன்னது, “ரஜினி இல்லம்”ங்கற பேர மட்டும் மாத்திராதீங்க”ன்னுதான். அந்த வீட்டுக்குப் பக்கத்துல இருந்த புறம்போக்கு இடத்துல கொட்டாய் போட்டுக் குடியேறிட்டான். அந்தக் கொட்டாய் கூரைக்கு மேல தெரியற மாதிரி ஒரு பைப்ப நட்டு, கம்பீரமா ரஜினி படம் போட்ட கொடியை மொத மொதலாப் பறக்க விட்டான்.

அவனோட ஊர்சுத்தி, ரஜினி படம் பாத்துக்கிட்டு இருந்த நான், செகண்ட் ஷோ விட்டு வரும் போதுதான், உ.க. பாலு என்கிட்ட, “மெட்ராஸ் போலாமாடா”ன்னு கேட்டான். அப்படித்தான் மெட்ராஸ் பயணம் ஆரம்பிச்சது, எனக்கு.

நான் பிறந்தது ராஜ மன்னார்குடி. மன்னார்குடியில ராஜகோபால சுவாமி இருக்கறதால, ராஜ மன்னார்குடின்னு சொல்றோம். காட்டு மன்னார்கோவில்-னு ஒரு ஊர் தென்னாற்காடு மாவட்டத்துல இருக்கு, எங்களுக்கு இந்த ரெண்டு ஊர்கள்-லயும் நிலங்கள் இருந்திருக்கு. அதனால குழப்பம் எதுவும் வரக்கூடாதுன்னு ராஜ மன்னார்குடின்னு சொல்றோம். இப்படிப் பல ஊர்களோட விவசாயத் தொடர்புகள் உள்ள குடும்பத்திலேயிருந்து வந்ததால,

இந்த ஊர்தான் என் சொந்த ஊர்னு அடையாளப்படுத்திக்கறதுல சிரமங்கள் இருக்கு. ஏன்னா, தென்னாற்காடுல ஆரம்பிச்சுக் கிட்டத்தட்ட பட்டுக்கோட்டை, அறந்தாங்கி, இந்தப் பக்கம் தஞ்சாவூர் வரைக்கும் பரந்துபட்ட நிலங்கள் இருந்த குடும்பம் எங்களுடையது.

நான் நினைக்கறது என்னன்னா, எங்க நான் பிறந்தேனோ அதுதான் என்னோட ஊர், அப்படித்தான் சொல்லணும்னு நினைக்கறேன். அதனால, நான் பிறந்த ராஜ மன்னார்குடியைத்தான் சொந்த ஊர்னு சொல்வேன். மன்னார்குடி ஐயான்னு தாத்தாவோட உறவினர் ஒருத்தர். அவரோட வீட்லதான் பிறந்தேன். அவங்க இன்னமும் இருக்காங்க. இப்போ அவருக்கு சுமார் 102 வயது இருக்கும். அப்போ அங்க ஒரு கண் ஆஸ்பத்திரி இருந்தது, அங்கதான் ராத்திரி ஒரு மணிக்குப் பிறந்தேன். அதனால சொந்த ஊர்னு எப்பவும் எல்லா எடத்துலேயும் சொல்லிக்கறது ராஜ மன்னார்குடியைத்தான். மாயவரமோ, கும்பகோணமோ, சீர்காழியோ, காட்டூரோ, நாகப்பட்டினமோ, வேதாரண்யமோ, பட்டுக்கோட்டையோ வேற எதையும் சொல்லறதில்லை. எல்லா இடத்துலயும் வீடு, போக்குவரத்துன்னு இருந்தாலும் அதையெல்லாம் சொந்த ஊருன்னு சொல்லிக்க முடியாது.

வீட்டுக்குப் பக்கத்துலதான் பள்ளிக்கூடம். ரெண்டரை வயசுலயே தூக்கிட்டுப் போயி அங்க விட்டுட்டாங்க. இன்னைக்கு ராஜேந்திரன் டாக்டர் வீடுன்னா எல்லாருக்கும் தெரியும். அந்த வீட்டுலதான் லலிதா டீச்சரும் தனம் ஆயாவும் அந்தப் பள்ளிக்கூடத்த நடத்துனாங்க. என்னையும் சேர்த்து பத்திருவது கொழந்தைங்க இருந்திருப்பாங்க. எங்க ஊரோட மொத ஆங்கிலப் பள்ளிக்கூடம் அதுதான். டீச்சர் கிறிஸ்தவ மதத்தைச் சேர்ந்தவங்கங்களா இருந்தாலும், விவேகானந்தர் பேருலதான் பள்ளிக்கூடம் நடத்துனாங்க. என்னை ரொம்ப அன்பாப் பாத்துக்குவாங்க. முட்டையும் பாலும் குடுப்பாங்க. அது எனக்கு ரொம்பப் பிடிக்கும்.

எனக்கு நாலு வயசு இருக்கும் போது கட்டபொம்மன் நாடகத்துல ஒரு மணிநேரம் வசனம் பேசி நடிக்க ஆரம்பிச்சேன். அதுக்கப்புறம் ஒவ்வொரு ஆண்டு விழாவுலயும் ஒரு நாடகத்துல நடிக்கிறது வழக்கமாப் போச்சு. தமிழ் உச்சரிப்பு எல்லாம் லலிதா டீச்சர் சொல்லிக் கொடுத்ததுதான். சாம்ராட் அசோகன், வீர சிவாஜி, அனார்கலி, மனோகரா இப்படி ஏழு நாடகங்கள்ல நடிச்சிருந்தாலும், எங்க ஊர் முழுக்க என்னையக் கட்டபொம்மனாத்தான் தெரியும். வேஷம் போடுறதுக்கு இராமநாதன்னு ஒரு ஓவிய ஆசிரியர் வருவாரு. அவர்தான் தாடி ஒட்டுறது, கிரீடம் செய்றது எல்லாம் கத்துத் தருவாரு. அதுல இருந்து, எனக்குக் கொஞ்சம் கொஞ்சமாப் படம் வரையிற பழக்கமும் ஏற்பட்டது.

என்கூட அங்க படிச்சவன்தான் லெச்சு-ங்குற லெட்சுமணன். அதுக்கு அப்புறம் பள்ளிக்கூடம் எங்க வீட்டுக்குப் பின்னாடி மாறிடுச்சு. ஒவ்வொரு வருஷமும் ஊர் சுத்திப் பாக்கக் கூட்டிட்டுப் போவாங்க. அப்படித்தான் திருக்குற்றாலம், பத்மநாபபுரம், கிருஷ்ணன் கோயில் எல்லாம் போக ஆரம்பிச்சேன். அங்கதான் எனக்கு சிற்பமும் ஓவியமும் அறிமுகம் ஆச்சு. எல்லாரும் சாமி கும்பிட்டுகிட்டு இருந்தப்ப, நான் மட்டும் வாயப் பொளந்து ஓவியத்தையும் சிற்பத்தையும் பாத்துகிட்டு இருந்தேன். ஊருக்கு வந்ததும் அதைப் பத்தியே எல்லார் கிட்டயும் சொல்லிகிட்டு இருந்தேன்.

கோவிந்தராசு, தாஹிரா இவங்கல்லாம் எங்க வீட்டுல வேலை பார்த்தாங்க. சமையலுக்குத் தனியா ஆளுங்க இருந்தாங்க. எங்க அம்மாவ பெரிய மிஸ், வாணிஸ்ரீனு தான் கூப்பிடுவாங்க. அப்ப பிரபலமாயிருந்த நடிகை வாணிஸ்ரீ மாதிரி என் அம்மா இருந்ததாச் சொல்லுவாங்க. இப்படி சின்ன வயசுல நாடகம், ஓவியம், மாடு மேய்க்கிறதுன்னு போயிட்டிருந்தது.

என்னோட அப்பாவப் பத்திச் சொல்லணும்னா, பெரிய விவசாயக் குடும்பத்துல பிறந்தவர். ஒன்றுபட்ட தஞ்சாவூர் ஜில்லா முழுவதும் அப்பாவோட குடும்பத்தைச் சேர்ந்தவங்க இருக்காங்க.

நிலம் சார்ந்த தொழில், பெரும்பாலும் விவசாயம். தஞ்சாவூர் ஜில்லாவைப் பொருத்தவரை, நெறைய நிலம் உள்ளவங்க, கொஞ்சமா நிலம் உள்ளவங்கன்னு இருந்திருக்காங்க. பெரும்பாலும், அந்த ஜில்லாவுல நிலமே இல்லாதவங்கன்னு யாரையும் சொல்ல முடியாது. குத்தகைக்காச்சும் நிலத்தை வெச்சிருப்பாங்க. அங்க எல்லா ஊர்கள்லயும் எங்களுக்குச் சொந்தக்காரங்க இருக்காங்க.

திருவாரூர் பக்கத்துல இருக்கற காட்டூர்தான் அப்பாவோட அம்மா ஊர். அப்பாவோட அம்மா, அவங்க தம்பிகள் இருந்த ஊர். அப்பாவோட தாத்தா, அதாவது தாத்தாவோட அப்பா எங்கிருந்து வந்தாங்கன்னு, ஒரு சுவாரசியமான கதை சொல்றாங்க. பட்டுக்கோட்டை பக்கத்துல முத்துப்பேட்டைதான் தாத்தாவோட அப்பாவுக்குச் சொந்த ஊர். பட்டுக்கோட்டையில இருந்து ஒரு ஒத்த மாட்டு வண்டியக் கட்டிக்கிட்டுத் தன்னோட அண்ணன், தம்பிக்கெல்லாம் சொத்தை எழுதிக் கொடுத்துட்டு சீர்காழிக்கு வர்றார். வர்ற வழியில காட்டூர்ல தங்கறார். அங்க பத்துவேலி நிலமும் ஒரு வீடும் இருந்தது. அந்த இடத்தையே தன்னோட ஊரா உருவாக்கறார். அவர் அப்போ வக்கீலுக்குப் படிக்கறார். சீர்காழியில கல்யாணம் பண்றார். மனைவி வர்றாங்க. மாமனார், தன் சார்புல ஒரு வீடு, ஒரு சுவர்க்கடிகாரம் ரெண்டும் கொடுக்குறாரு.

அப்பல்லாம் எல்லார் வீட்டிலேயேயும் கணக்குப்பிள்ளைங்க இருப்பாங்க. மேசைப்பெட்டி போட்டு கணக்கு எழுதுவாங்க. வீட்டுல யாராயிருந்தாலும், அவங்களோட செலவுங்க எல்லாமே கணக்குதான். சின்னப்பையனா இருந்தாலும், அப்பாவா இருந்தாலும், வீட்டு மாப்பிள்ளையா இருந்தாலும் கணக்கு எழுதியிருப்பாங்க. தாத்தா, வக்கீல் தொழில் பண்ணி மாமனார் கிட்ட வாங்கின அந்த வீட்டுக்கான கடனை 1870-ல அடைக்கறாரு. அப்புறம் கிராமம் கிராமமா நிறைய நிலம் வாங்கறார், தாத்தாவோட அப்பா. திருநாரையூர் நம்பியாண்டார் நம்பி ஊருலேயிருந்து கிட்டத்தட்ட பட்டுக்கோட்டை வரை, தஞ்சாவூர்

ஜில்லா பூரா எங்கெல்லாம் நிலம் கிடைக்குதோ அங்கெல்லாம் வாங்கறார். அவருடைய பசங்கள்ல ஒரு பையன்தான் அப்பாவோட அப்பா. அவருக்கு அந்த ஊர்லயே, அதாவது சீர்காழியில அப்பாவோட தாத்தாவுக்கு மாமனார் கொடுத்த வீடு அவரோட பாகமா வருது. அதாவது என்னோட தாத்தாவுக்கு வருது. அதே வீடு என்னோட அப்பாவுக்கு வருது. அந்த வீட்லதான் அப்பா இன்னைக்கும் இருக்கார். தாத்தா கல்யாணம் பண்ணிட்டு வந்த சீர்காழி வீடுதான் அப்பா இப்போ இருக்கற இடம். நாலு தலைமுறையா அந்த ஊருல இருக்கோம். நான் ஐந்தாம் தலைமுறை.

எங்க வீட்டுல, அப்பா, அம்மா, நான் மூணு பேரும் தூங்குறதுக்கு ஒரு அறை இருந்தது. பெரிய ஓட்டு வீடு, அதனால அப்பா ரூமுக்கு மட்டும் கார்ட் போர்டு வெச்சு சீலிங் அடிச்சிருப்பாங்க. தாத்தாவோட அப்பாவுக்கு, அவங்க மாமனார் கொடுத்தது அந்த வீடு. தாத்தாவோட அப்பா பேரு சொக்கலிங்கம். அவர்தான் சீர்காழியோட முதல் முனிசிபல் சேர்மன். கலைஞர் கையால, அவரோட படம் 1984 ஆம் வருசம் திறந்து வைக்கப்பட்டுச்சு. அந்த வீட்டு ஓடு, ரொம்பப் பழசா இருந்ததால தேளு, பூரான்லாம் இருக்கும். அப்பப்போ மரநாய் வந்துட்டுப் போகும். எலி, பாம்புக்கெல்லாம் பஞ்சமே இருக்காது. அதுக்காக, எங்க அப்பா எங்களோட அறையை சுத்தமா ஓடு தெரியாத மாதிரி கார்ட் போர்டு வெச்சு அடைச்சிருப்பாங்க. அறைக்குள்ள ஒரு கோத்ரெஜ் பீரோவும், உஷா டேபிள் ஃபேனும், பிளாஸ்டிக் வொயர்ல பின்னுன ஸ்டூலும் இருக்கும். ஒரு சொவத்துல பெரிய ராமகிருஷ்ண பரமஹம்சர் படமும், இன்னொரு சொவத்துல கிருஷ்ணர் படமும் ஒட்டி வெச்சிருப்பாங்க, அப்பா. அம்மாவுக்கு ஸ்ரீராமஜெயம் எழுதுற பழக்கம் இருந்தது. அந்த அறைதான் என்னோட சொர்க்கமும் உலகமும். நான் ஒரு ஸ்டிக்கர் பைத்தியம். சின்ன வயசுல இருந்து ஸ்டிக்கர் சேத்து, ஒட்டி வெக்கிறது என்னோடப் பழக்கம். சீலிங்குல இருக்குற கார்ட் போர்டு பூரா ஸ்டிக்கர் ஒட்டி வெச்சிருப்பேன். ஸ்டிக்கர் வாங்குறதுக்கு நானும் ரஜினி சங்கரும்தான் போவோம்.

அப்பாவோட கல்யாணப் போட்டோவுல அந்த ரூமோட புகைப்படம் இருந்தது. அது இப்பவும் எங்கிட்ட பத்திரமா இருக்கு. வாசல் படிக்குப் பக்கத்துல ஒரு பெரிய மேசை கிடக்கும். அறையோட வாசப்படியில ரெண்டு பக்கமும் தாத்தா பாட்டியோட ஃபோட்டோ மாட்டியிருக்கும். கிட்டத்தட்ட 12 ஆயிரம் சதுரடி எங்களோட நாலுகட்டு வீடு. அது, இப்ப 4500 சதுரடியா சுருங்கிடுச்சு. வீட்டுக்குப் பின்னாடி ஒரு தொண்டிக் கொல்லையும், மாட்டுக் கொட்டாயும் உண்டு. எப்பவுமே 10 மாடு கட்டிக் கெடக்கும். அதுங்களத் தெனமும் ஓட்டிட்டுப் போயி, கழுமலை வாய்க்கால்ல குளுப்பாட்டுவோம். இல்லன்னா, அய்யனார் கோயில் குளத்துல குளுப்பாட்டுவோம். லீவு நாள்ல மாடு குளுப்பாட்டுறதுதான் என்னோட பொழுதுபோக்கு.

ஒவ்வொரு முறையும் விதைக்கறதுக்கு, அறுக்கறதுக்குன்னு வேற வேற கிராமங்களுக்குப் போவாங்க. பல எடங்கள்ள நிலம் இருக்கற விவசாயக் குடும்பத்தை ஒரே ஊருன்னு சொல்ல முடியாது. இங்கேயிருந்து நாகப்பட்டினத்துல அறுப்பு அறுக்கறாங்கன்னா, மூணு மாசம் அங்க போய் இருக்கணும். அங்க ஒரு தவசுப் பிள்ளை, அங்க ஒரு வீடு, ஆள், மாடு, கன்னுன்னு எல்லாம் ரெடியா இருக்கும். அதுமாதிரி திருநாரையூருக்குப் போனா, அங்கயும் அதே போல மாடு, கன்னு, பாத்திரம், பண்டம் எல்லாம் இருக்கும். தாண்டவன் குளம், பனங்காட்டான் குடி இப்படி எந்த ஊருல அறுப்பு, விதைக்கறதுன்னு என்ன நடக்குதோ, அந்த ஊரைச் சார்ந்து போயிடுவாங்க. இதுதான் தஞ்சாவூர் ஜில்லா முழுவதும் அப்போ இருந்த வழக்கம்.

அப்பா, விவசாயம் செய்து கொண்டிருந்தார். திராவிட இயக்கத்து மேல ஒரு பெரிய ஈர்ப்பு அவருக்கு இருந்தது. திராவிடர் கழகத்துல இருந்துகிட்டே எம்.ஜி.ஆர் மன்றம், அங்க இருந்துகிட்டே திராவிட முன்னேற்றக் கழகம். இப்படி இருந்தாரு. எம். ஜி. ஆர் பிரிஞ்சு போன பிறகும் திமுக அனுதாபியாவே இருந்தார். அப்பா நிறையப் படிப்பாங்க. மு.வரதராசர்-னா அவருக்கு ரொம்பப் பிடிக்கும்.

காகிதப்பூ 29

வீட்ல ஒரு லைப்ரரி வெச்சிருந்தார். லைப்ரரின்னா ரெண்டு பெரிய மர பீரோ நிறையப் புத்தகங்கள் சேகரிச்சு வெச்சிருந்தாரு. மு. வ. வோட நூல்கள் மட்டுமில்லாம மஞ்சரி, கண்ணன், அண்ணாவோட புத்தகங்கள், அண்ணா தம்பிக்கு எழுதிய கடிதங்கள் இப்படிப் பல வித்தியாசமான கலவையா புத்தகங்கள் அதில் இருந்தன. அதே போல, அப்பொழுதெல்லாம் திமுக மாநாடு நடந்தா 'மாநாட்டு மலர்'னு புத்தகங்கள் வரும். அதுங்க எல்லாத்தயுமே அப்பா வாங்கிடுவார். அதுங்களும் அந்தப் புத்தக அடுக்குல இருக்கும். அப்புறம், அப்போ வந்துகிட்டிருந்த 'மன்றம்'லயிருந்து எல்லாப் பத்திரிகைங்களும் எங்க வீட்டுக்கு வந்திருக்கு. அந்தப் பத்திரிகைகளோட தொகுப்பும் வீட்ல இருக்கும், எல்லாமே அப்பா வாங்கிச் சேகரிச்சது.

அப்பா கிட்ட முழுக்க முழுக்கத் திராவிடக் கொள்கைதான். திராவிட இயக்கத்து மேல பெரிய பற்று, எப்பவுமே இருந்தது. இன்னைக்கு வரைக்கும் கூட இருக்கு. திமுக-வோட ஆரம்பகால உறுப்பினர்கள்ல அப்பாவும் ஒருத்தர். மன்னை. நாராயணசாமி பரிந்துரை செஞ்சதன் பேர்ல, 1967-இல் கலைஞர் அப்பாவை எம். எல்.ஏ.வுக்குத் தேர்தல்ல நிக்கறயான்னு கேட்கறார். ஆனா அப்பா,'' இல்லைங்க, தேர்தல்ல நிக்கறதில எனக்கு விருப்பமில்லை. ஆனா, நீங்க யாரை நிக்க வெக்கறீங்களோ அவரை ஜெயிக்க வெக்கறேன்''னு தீர்மானமாச் சொல்லிடறார். தொடர்ந்து இந்த மாதிரி ரெண்டு மூணு தடவை தேர்தலில் நிற்கவும், அரசியல்ல எறங்கவும் சொல்லி அப்பாவை நேரடியாவே கலைஞர் கேட்டிருக்கார். ஆனா, அப்பா நேரடி கள அரசியலில் தான் எறங்கலைன்னாலும், கொள்கை சார்ந்தும், திமுக கட்சி சார்ந்தும், அண்ணா மேலயும் ரொம்பப் பிடிப்புக் கொண்டவராத்தான் அப்பா இருந்திருக்கார். திராவிட இயக்கத்தோட மூத்த உறுப்பினர்களுக்கான ஒரு திட்டத்தின் மூலமா, இன்னைக்கும் முரசொலி அப்பாவுக்கு இலவசமா வந்துட்டிருக்கு. கலைஞர், தமிழ்நாட்டோட ஒவ்வொரு ஊருலயும் இருக்கற மூத்த தி.மு.க. உறுப்பினர்களைப் பட்டியல் போடச் சொல்லிட்டு, அவங்களுக்குத் தொடர்ந்து முரசொலிய அனுப்ப ஏற்பாடு செய்திருக்கிறார்.

வாசிப்பு, கலை இலக்கியம் சார்ந்த ஆர்வமும் ஈடுபாடும் அப்பாவுக்கு அதிகம் உண்டு. நாலு வரி எழுதினாலும் அருமையாக எழுதுவார். அப்பாவோட பேரு நடராஜன். என் தாத்தா பேரு சீனிவாசன். அதுதான் என்னோட பேரும். அப்படிதான் பெயர் வெக்கிற வழக்கம் அப்போ இருந்தது. குடும்பப் பேர்லாம் பாத்தீங்கன்னா சோமசுந்தரம், தியாகராஜன், நடராஜன் இப்படி திரும்பத் திரும்ப வரும். எங்க தாத்தாவுக்கு மூணு அக்கா, ஒரு அண்ணன், ஒரு தம்பி இருந்தாங்க. அதுல ஒருத்தவங்க பேருதான் ராஜாத்தி அண்ணி. எங்க தாத்தாவோட மனைவி, அதாவது எங்க அப்பாவோட அம்மா பேரு, ருக்மணி அண்ணி. அவங்களோட அப்பா பேரு, கோட்டப் பண்ணை ராமையா. அந்தக் காலத்திலேயே, மதுரை மீனாட்சி அம்மன் கோயில்ல தலைமை நிர்வாக அதிகாரியா வேலை பார்த்தாங்க. எங்க பாட்டி பிறந்தது வளர்ந்தது எல்லாம் மதுரைதான். அப்படித்தான் சுந்தரேசன், முத்து, கோவிந்தன், மீனாட்சி, சம்பந்தன், சபாநாயகம் என்று பாட்டியின் அண்ணன், தம்பி, அக்கா, தங்கைகளுக்குப் பெயர் வந்தது. ஒரு சைவம் சார்ந்த குடும்பத்தோட பழக்க வழக்கம் இப்படியாக இருந்தது.

ஒவ்வொரு வருடமும் மார்கழி மாசம், விடிகாலையில நாலரை மணிக்கு திருப்பட்சிக்காக பஜனைக்கு போவேன். வாய்க்காங்கரை தெருவுல இருந்த கோபால ஐயர்தான் என்னோட குரு. மொத மொதல்ல ரெண்டாங் கிளாஸ் படிக்கும் போது பித்தளைத் தாளம் வாங்கிக் கொடுத்தாரு. அதுல இருந்து தொடர்ச்சியா நாலு வீதியும் சுத்தி பஜனை பாடுவோம். பஜனையில திருவெம்பாவை கட்டாயம் இருக்கும். கோபால ஐயர், முதல் பாட்டா இதத்தான் ஆரம்பிப்பாரு,

முத்தன்ன வெண் ணகையாய்!

முன்வங் தெதிர் எழுந்தென் அத்தன் ஆனந்தன்

அமுதன் என் றள்ளூறித் தித்திக்கப் பேசுவாய்

வந்துன் கடைதிறவாய்! பத்துடையீர்! ஈசன்

பழ வடியீர்! பாங்குடையீர்! புத்தடியோம் புன்மை தீர்த்
தாட்கொண்டாற் பொல்லாதோ? எத்தோ னின் அன்புடைமை
எல்லோம் அறியாமோ. சித்தம் அழகியார்
பாடாரோ நம் சிவனை? இத்தனையும் வேண்டும்
எமக்கேலோர் எம்பாவாய்!

- மாணிக்கவாசகர் (திருவெம்பாவை)

அஞ்சரை மணிக்குக் குருபூசை மடத்துல தேவாரம் பாடி, தீபாராதனை காட்டிய பிறகு பட்டா ஐயர், வாதாம் எலையில கொதிக்கக் கொதிக்க வெண்பொங்கல் தருவாரு. அதைச் சாப்பிட்டுட்டு வீட்டுக்கு வந்திடுவேன்.

காலையில நாங்க பஜனைக்குப் போறதுக்கு முன்னாடியே நாலு வீதியிலயும் எல்லா வீடுகள்ளயும் தெருவக் கூட்டி, சாணி தெளிச்சு, பெரிய பெரிய சிக்கு கோலம் எல்லாம் போட்டு, பசுஞ்சாணியில உருண்ட பிடிச்சு, அதோட தலையில் பரங்கிப்பூ செருகி வெச்சிருப்பாங்க. அது, பாக்குறதுக்கு ரொம்ப அழகா இருக்கும். ஒவ்வொரு வீட்டுலயும் விதவிதமாக் கோலம் போட்டுருப்பாங்க. பஜனையில பாடிக்கிட்டுப் போறப்பவே ஒவ்வொரு வீட்டுக் கோலத்தையும் வேடிக்கை பாக்குறதுதான் என்னோட பொழுதுபோக்கு. அப்படி கோலம் போடுற ஆசை எனக்கும் வந்தது. பாட்டி கிட்ட இருந்தும், எங்க வீட்டுல இருந்து ஸ்டார் தியேட்டர் பக்கம் நாலாவது வீட்டுல இருந்த சித்ரா அக்கா கிட்ட இருந்தும் சிக்கு கோலம் போடக் கத்துக்கிட்டேன். எனக்கு, பேனாவும் பென்சிலும் பிடிச்சுப் போட வராது. தரையில சாக்பீஸ், குச்சியை வெச்சுப் போடத்தான் வரும். ஊசி மருந்து பாட்டிலைக் கழுவி, ஒண்ணு மேல ஒண்ணா அடுக்கி, கண்ணாடியில தேர் செய்யுறதையும் அங்கதான் கத்துக்கிட்டேன். ‘பொன்னியின் செல்வன்’ புத்தகத்தை, சித்ரா அக்கா வீட்டுல வாய் விட்டு ஒரக்கப் படிப்பாங்க. அப்படியே நானும் கேப்பன். நாலாவது படிக்கும் போது, பொன்னியின் செல்வன் நாவல முழுசா அஞ்சு

பாகத்தையும் காதால கேட்டுருக்கேன். எங்க வீட்டுல இருந்து கிழக்கே நாலு வீடு தள்ளி, தெற்குக் கோபுர வாசல்கிட்ட சரஸ்வதி- ன்னு ஒரு டீச்சர் இருந்தாங்க. அவங்களோட வீட்டுக்காரர் வேதசுப்பிரமணியம் கதை எழுதுவாரு, அவர் எழுதுன ஒரு கதை, குமுதம் புத்தகத்துல வந்துச்சு. அத எங்க அம்மா படிக்கப் படிக்க, கேட்டுகிட்டிருந்த எனக்கு அழுகை அழுகையா வந்தது. அதுதான் நான் மொத மொதல்ல கதையக் கேட்டு அழுததுன்னு ஞாபகம். ராத்திரி பூரா அழுதுகிட்டே தூங்கிட்டேன்.

எங்க ஊர்ல தை மாசம் பொங்கலுக்கு அப்புறம் தீமிதி ஆரம்பிக்கும். சித்திரை மாசம் திருமுலைப்பால் திருவிழா நடக்கும். மார்கழியில இருந்து சித்திரை வரைக்கும் ஊர் முழுக்க ஏதாவது ஒண்ணு நடந்துகிட்டே இருக்கும். அப்பல்லாம், பத்து நாள் ராமாயணம், பத்து நாள் வில்லி பாரதம், பத்து நாள் கந்த புராணம், பத்து நாள் பெரியபுராணம்-னு எல்லாக் கதையும் சொல்லுவாங்க. தங்குடு ஐயர்னு ஒருத்தர் எங்க ஊருல இருந்தாரு. அவர்தான் இதெல்லாம் ஏற்பாடு பண்ணுவாரு. பெரிய கோயில்ல இதுக்காகவே ஒரு மேடை இருந்தது. கிருபானந்த வாரியார், சொற்பொழிவாற்ற வருசா வருசம் வருவாரு. புலவர் கீரன் வந்து பேசுவாரு. இப்படி யார் யாரோ வந்து, பத்து நாள் தொடர் சொற்பொழிவு நடத்துவாங்க. அப்பல்லாம், கதைக்கு நடுவுல குழந்தைங்ககிட்ட கேள்வி கேட்டு பரிசு குடுப்பாங்க. பத்து நாளும் ஏதாவது ஒரு பதில் சொல்லி பரிசு வாங்குவேன். அவ்வளவு ஞாபகமாக் கதை கேட்பேன். திருப்பியும் வீட்டுக்கு வந்து கதையத் தலைகீழாச் சொல்லுவேன்.

அப்படி ஒரு நாள், கிருபானந்தவாரியார் கதை சொல்லிகிட்டு இருந்தப்ப, மேலக் கோபுர வாசல்ல இருந்த மலைக்குமரன் கோயில்ல படுத்துத் தூங்கிட்டேன். எல்லாரும் போயிட்டாங்க. எங்க அம்மா, நான் வீட்டுக்குப் போயிட்டேன்னு நெனைச்சு வீட்டுக்கு வந்து பாத்தா, நா வீட்டுல இல்ல. கோயில் நடை சாத்திட்டா சாவியை பைரவர் சன்னதியில வச்சிருவாங்க. அதுக்கு அப்புறம் யாரும் கதவைத் திறக்க முடியாது. ஊர் முழுக்க

என்னயத் தேடிட்டு, கோயில்ல இருப்பானோன்னு சந்தேகத்துல வெளியிலயிருந்து உள்ள ரோந்து சுத்துன வேதமணிங்குற வாட்ச்மேன் கிட்டச் சொன்னாங்க. வேதமணி, அப்பவே கராத்தேல்லாம் தெரிஞ்சு வெச்சிருந்த கரவுசெருவான ஆளு. எட்டுக் கட்ட பேட்டரி டார்ச் லைட்ட அடிச்சுகிட்டுக் கோயில் பூரா சுத்தி வர்றப்ப, நான் தூங்கிகிட்டுக் கெடந்ததப் பாத்துருக்காரு. என்ன எழுப்பாம, அப்படியே தூக்கிட்டு வந்து, எங்க வீட்ல விட்டுட்டுப் போனாரு. அதுக்கப்புறம் எல்லாம் மாறிப் போச்சு. நான் பெரியார் கட்சியில சேர்ந்துட்டேன். அதுக்கு ரஜினி சங்கரும் ஒரு காரணம்.

இப்படி, மார்கழி வந்தாலே இதெல்லாம் என் ஞாபகத்துக்கு வரும். ஊர் ரொம்பவே கொண்டாட்டமா மாறிடும். இப்ப அப்படி நடக்குதான்னு தெரியல. எங்க வீட்டுக்குப் பின்னாடித் தெருவுல இருந்த பஜனை மடத்துல ஆஞ்சநேயர் வேஷம் போட்டுட்டு ஆடுவாங்க. பாக்கவே சிரிப்பு சிரிப்பா வரும். நானும் நாடகத்துல வேஷம் போட்டவன்தான். ஆனாலும் தெருவுல கூத்தாடுறது, ரொம்பப் புதுமையா எனக்குத் தோணும்.

இப்படி, ஒவ்வொரு வருசமும் மதுரை சோமு, பித்துக்குளி முருகதாஸ், சூலமங்கலம் சகோதரிகள், சீர்காழி கோவிந்தராஜன் இவங்களோட கச்சேரியும் வைப்பாங்க. அதையெல்லாம் ஒண்ணு விடாமக் கேப்பேன். கூடவே நாதஸ்வரக் கச்சேரியும் நடக்கும். ஏ. கே.சி.நடராஜன், ஷேக் சின்ன மௌலானா, கிளாரிநெட் கச்சேரியும் கூட கேட்டிருக்கேன். இப்படி மார்கழி, தை, மாசி, பங்குனி, சித்திரை வரைக்கும் ஊர் முழுக்க காளி ஆட்டம், காவடி, கச்சேரி, கதா காலஷேபம், பஜனைன்னு ஒரு கலவையான சூழலில்தான் நான் வளர்ந்தேன்.

என்னோட மகனுக்கு அருண்மொழித்தேவன்னு பேரு வெச்சேன். அது சேக்கிழாரோட இயற்பெயர். சேக்கிழார் மேல தாத்தாவுக்கு ரொம்ப இஷ்டம். அந்த ஞாபகமாத்தான் மகனுக்குப் பேரு வெச்சேன். சேக்கிழார் பேர்ல இரண்டு பள்ளிக்கூடங்கள், தலா

அஞ்சு வேலி நிலம் கொடுத்து ஆரம்பிக்கச் செய்திருக்கிறார், தாத்தா. இந்த மாதிரி, சேக்கிழார், சைவம் சார்ந்து இருந்த ஒரு குடும்ப அமைப்புதான் தாத்தா, அப்பா காலத்து அமைப்பு. யாருமே அதைக் கைவிடல. நான்தான் மொத மொதல்ல முட்ட சாப்பிட ஆரம்பிச்சேன். பள்ளிக்கூடத்துல குடுத்தாங்க. அப்புறம் அதுவே பழக்கமாயிடுச்சு.

வீட்டுல பொதுவா சைவம். சாப்பாட்டுப் பந்தி ஒரு பக்கம் ஓடிட்டிருக்கும். தினமும் நாலு பேர் சாப்பிட்டுட்டு இருப்பாங்க. வீட்டுக்குப் பக்கத்துல குருபூசை மடம் இருக்கும். அறுபத்தி நான்கு நாயன்மார்களுக்காக அறுபத்தி நாலு நாட்களும் ஏதாவது பூசை அங்கே நடந்திட்டிருக்கும். நாலு பேர் தேவாரம் பாடிட்டு இருப்பாங்க. எல்லாம் தாத்தாவோட ஏற்பாட்டுல நடந்தது. சைவம் சார்ந்து, அரசியல் சார்ந்துன்னு வீட்ல ஏதாவது நடந்துகிட்டேயிருக்கும்.

இந்தச் சூழல்லதான் நான் வளர்ந்தேன். பெரிய அழுத்தமெல்லாம் கிடையாது. படி, பள்ளிக்கூடம் போ, இதைப் பண்ணு, அதைப் பண்ணு இப்படி எந்தக் கட்டுப்பாடும் கிடையாது. பொதுவா விவசாயக் குடும்பத்துல, பெருக்கல், கூட்டல், கழித்தல் இதைக் கத்துகிட்டா போதும். அதிகபட்சமா அது தெரிஞ்சா போதுங்கிற நிலைதான் இருந்தது. மனக்கணக்கைப் பாட்டிகிட்டேயிருந்து கத்துக்கலாம். கூட வேலை பாக்கிற வேலையாள் கிட்டயிருந்து இயல்பாக் கத்துக்கலாம். அவ்வளவுதான் சொல்லிக் கொடுப்பாங்க. அப்புறம் நமக்கு எங்கெங்கே தோட்டம், நிலம் இருக்குன்னு தெரிஞ்சு வெச்சுக்கணும். இதுக்கு மேல ஒண்ணும் பெரிசாக் கத்துக்க வேண்டியிருக்காது. நானும் எங்க வீட்டுல வேலை செஞ்ச பொன்னுசாமிகிட்டதான் கத்துகிட்டேன். அவனோட அப்பா சுந்தரமும் எங்க வீட்டுலதான் வேலை செஞ்சாரு. பொன்னுசாமி, தாண்டாங்குளத்துல இருந்து மாடு ஓட்டிகிட்டு வருவான். எங்க வீட்டுல தங்கி, விறகு ஒடிச்சுப் போட்டுட்டு, வீட்டு வேலையெல்லாம் செஞ்சுட்டு, நாலஞ்சு நாள் இருந்துட்டுப் போவான். அந்த ஒரு வாரமும், நான் பள்ளிக்கூடம் கூடப்

போவாம, அவன் கூடவேதான் இருப்பேன். ஏன்னா, அவன் எனக்கு நெறைய கதை சொல்லுவான். எனக்குப் பையன் பிறந்த பிறகும் கூட, அவனத் தூக்கி வெச்சு அவனுக்கும் கதை சொன்னான்.

லலிதா மிஸ் கிறிஸ்தவ மதத்தைச் சேர்ந்தவங்கனாலும், தாஸ் சார்தான் எனக்குக் கிறிஸ்தவப் பாடல்களை அறிமுகப்படுத்தினார். தாஸ் சாரோட பொண்ணு பிரேமா என்னோட 1-வது, 2-வது டீச்சரா இருந்தாங்க. எங்க தாத்தா கட்டுன பங்களாவுக்குப் பக்கத்துலதான் தாஸ் சாரோட வீடு. அவரு TELC நடத்துன பள்ளிக்கூடத்துல வேலை பார்த்தாரு. ஒரு ஆர்மோனியப் பெட்டி வெச்சிருப்பாரு. நான் எப்பவும் தாஸ் சார் வீட்டுலதான் இருப்பேன். அவர் வாசிக்கிறது, பாடுறது எல்லாம் எனக்கு ரொம்பப் பிடிக்கும். மார்கழி பஜனை மாதிரி கிறிஸ்மஸ் ஊர்வலம் போவாரு. தாஸ் சார் வீட்டுக்குப் பக்கத்துல ப்ரோட்டஸ்டன்ட் TELC சர்ச் இன்னமும் இருக்கு. அங்க தான் பாட்டுப்பாடி ப்ரேயர் செய்வாரு. அது ஒரு போர்டிங் ஸ்கூல். அதனால நிறையப் பசங்க இருப்பாங்க. சர்ச்சுக்கு எதுத்த மாதிரி சினிமாக் கொட்டா இருந்தது. பசங்க எல்லாரும் வார்டனை ஏமாத்திட்டு சினிமாவுக்குப் போவாங்க. நான் பெருசா சினிமாக்கெல்லாம் போனதில்லை. ஆனால் தினமும் சர்ச்சுக்குப் போவேன். கொஞ்சம் கொஞ்சமா ஆர்மோனியம், பியானோ, கிட்டார், தபேலா எல்லாத்தையும் தெரிஞ்சுக்கிட்டு ரசிக்கிறதுக்கு சர்ச் ஒரு முக்கியமான காரணமா இருந்தது.

எங்க வீடு இருந்த தெருவுல, மேற்கே சர்ச்சும் சினிமாக் கொட்டாயும் இருக்கு. கிழக்குப் பக்கம் சட்டநாதர் சுவாமி திருக்கோயிலோட தெற்குக் கோபுர வாசல் இருக்கு. தெரு, கிழக்கு மேற்கா, ஒரு நேர்க்கோட்டுல இருக்கும். ஒரு பக்கம் மட்டுந்தான் வீடுகள் இருக்கும். இன்னொரு பக்கத்துல பெரிய கோபுரமும் தென்னந்தோப்பும் இருக்கும். எங்க வீட்டுக்கு எதுத்த மாதிரி யானை குளிக்கிறதுக்கு வெட்டுன கரிகுளம் இருக்கு. அதைச் சுத்தி அமைஞ்ச பூங்காவுக்குப் பெயர்தான் 'காந்தி பூங்கா'. அதுல ஒரு பம்பு செட்டும் கீத்துக் கொட்டாயும் போட்டுருப்பாங்க.

ஞானசம்பந்தம் பிள்ளை, எங்க ஊருல வாழ்ந்த முக்கியமான காந்தியவாதி. அவரு முனிசிபாலிட்டி தலைவரா வர்றாரு. அப்ப எங்க வீட்டுக்கு எதுத்தாப்புல இருந்த யானையைக் குளுப்பாட்டுற குளத்தைப் பூங்காவா மாத்துறதுக்கு தருமபுரம் ஆதீனத்துக்கிட்ட கேட்டாரு. மொதல்ல ஒத்துகிட்ட ஆதீனம் அப்புறம் முடியாதுன்னு சொல்லிடுச்சு. அந்த வருசம் காந்திக்கு நூற்றாண்டு விழா அப்படிங்கிறதால, ஞானசம்பந்தம் பிள்ளை கோர்ட்டுக்குப் போனாரு. வழக்குல வெற்றி பெற்று, குளத்தை பராமரிக்கிறது, பாதுகாக்குறது உட்பட 4 கண்டிஷன் போட்டு கோர்ட்டு, பூங்கா அமைக்க அனுமதி கொடுத்துச்சு. இன்னைக்கும் சாமிக்கான தீர்த்தவாரி கரிகுளத்துல நடக்குது. பூங்கா அமைச்ச நிர்வாகம், தினமும் தேசியக்கொடி ஏத்துறதுக்கு வழிவகை செஞ்சாங்க. இப்படித்தான், எங்க வீட்டுக்கு எதுத்தாப்புல 'காந்திஜி நூற்றாண்டு நினைவுப் பூங்கா' உருவாச்சு.

பூங்காவுல, மணி, கிருஷ்ணமூர்த்தி-ன்னு ரெண்டு தோட்டக்காரங்க வேலை பாத்தாங்க. மணி, ரொம்ப நல்லாப் பாடுவாரு. மேடையில ராத்திரி பூரா சினிமாக் கச்சேரி பாடிட்டு வந்து, பகல்ல தோட்ட வேலை செய்வாரு. கிருஷ்ணமூர்த்திக்குத்தான் செடிகள்ல ஒட்டு பதியம் போடத் தெரியும். அவங்க ரெண்டு பேர்கிட்ட இருந்தும் பதியம் போடுறது, கம்போஸ்டு உரம் தயாரிக்குறது, தண்ணி பாச்சுறது, மண்ணை பதப் படுத்துறது, சவுக்கு செடிய வளச்சு யானை, மயிலெல்லாம் செய்யுறது, இப்படியான தோட்டக்கலை நுணுக்கங்களைக் கத்துக்கிட்டேன். தினமும் காலையில பள்ளிக்கூடம் போகுற வரைக்கும், அவங்க கூடத்தான் இருப்பேன். சாயங்காலம் பூங்காவப் பூட்டுற வரைக்கும் அங்கதான் இருப்பேன். மர மல்லி, கண்ணால முருங்கை, பாக்கு, இலவம் பஞ்சு மரமெல்லாம் கூட அங்க இருக்கும். வீட்டுக்கு முன்னாடி, அந்தப் பூங்கா முழுக்க வருடம் பூரா பூப் பூக்குற செடிகள் நெறஞ்சி கெடந்தது. பம்பு செட்டுக்குப் பக்கத்துல பெரு நெல்லிக்காய் மரம். எனக்கு எப்பல்லாம் பொழுது போகலையோ, அந்தப் பம்பு செட்டுல குளிக்கிறது, பெருநெல்லிக்காயப் பொறுக்கித் திங்கிறதுன்னு நேரத்தை ஓட்டுவேன்.

இப்படித்தான் அந்தக் கீத்துக் கொட்டாயிக்குள்ள போக ஆரம்பிச்சேன். அங்கதான் பல அண்ணன்மார்கள் கூடி 'வாசக வட்டம்' நடத்திக்கிட்டு இருந்தாங்க. நானும் கொஞ்சம் கொஞ்சமா வாசிப்பு அனுபவத்துக்குள்ள வர ஆரம்பிச்சேன்.

வீட்ல தினமணி தினமும் வரும். எனக்குக் கொஞ்சம் கொஞ்சமா எழுத்துக் கூட்டிப் படிக்கற ஆர்வம் வந்தது. எழுத்துக் கூட்டிப் படிக்கற காலத்திலேயே எங்க வீட்ல இருந்த மஞ்சரி, பழைய கல்கண்டு, அந்தக் காலத்தில் வந்த அம்புலிமாமா, கண்ணன் படிக்க ஆரம்பிக்கறேன். வளர வளர இந்த வாசிப்பு அதிகரிச்சுட்டே போகுது.

ஒரு கட்டத்துல, கோமல் சுவாமிநாதனோட சுபமங்களா இதழ் எனக்கு அறிமுகமாகுது. அப்பா வாங்கிட்டு வர்றார். அவருக்குக் கோமல் சுவாமிநாதனை ரொம்பப் பிடிக்கும். கிட்டத்தட்ட 1989-க்குப் பிறகுன்னு நினைக்கிறேன். வருசம் சரியா நினைவில் இல்லை. சுபமங்களாவைச் சொல்லக் காரணம், திராவிட இயக்கப் பத்திரிகைகளிலேயிருந்து, கண்ணன், மஞ்சரி, அம்புலிமாமான்னு வாசிப்புல இருந்து கடைசியா நான் போய்ச் சேந்த இடம் அதுதான். வாசிப்புல நான் அடுத்த கட்டத்துக்கு நகர்ந்தது இப்படித்தான். பின் நாளில், நான் இந்தக் கதையை எழுதுவேன்-னு எனக்கு அப்பத் தெரியாது.

நான் சைக்கிள் கத்துக்கிட்டது ஒரு சுவாரசியமான கதை. எங்க வீட்டுல நிறைய சைக்கிள் இருக்கும். பிலிப்ஸ், ஹீரோ, அட்லஸ், ஹெர்குலஸ், ராலீ- இப்படி பலவகைகள்லயும் சைக்கிள்கள் இருக்கும். ரெண்டு லாம்பிரட்டா ஸ்கூட்டர் இருந்தது. என்னை முன்னாடி நிக்க வெச்சு, எங்க அண்ணன் ஊரைச் சுத்திட்டு வருவாரு. நான் வேடிக்கை பாத்துக்கிட்டே போவேன். எனக்கும் ஸ்கூட்டர் ஓட்டணும்னு ஆசை இருந்தது. என்னால அதை நகர்த்தக் கூட முடியாது. அப்பதான் புதுசா அரசைக்கிள் வாடகைக்குக் கிடைச்சது. அர சைக்கிள்ங்கிறது ஒயரம் கம்மியா இருக்கும். ஆனா வாடகை அதிகம். லீவுக்குத் தஞ்சாவூர்ல

இருக்குற என்னோட அத்த வீட்டுக்குப் போனேன். ப்ளேக்(Blake) ஹை ஸ்கூல் கிரவுண்டுலதான் அர சைக்கிள் ஓட்டிக் கத்துக்கிட்டேன். ஊருக்கு வந்ததும், அப்பா எனக்கு ஹீரோ சைக்கிள் தந்தாங்க. JBK-ன்னு ஒரு சைக்கிள் கம்பெனி. புதுசா சைக்கிள் வாங்கி வாடகைக்கு விட்டாங்க. அங்க தொடர்ச்சியா சைக்கிள் வாடகைக்கு எடுத்து ஓட்டுவேன்.

என்னோட ஃப்ரெண்டு ரஜினி சங்கரோட வேலை போஸ்டர் ஒட்டுறது, கொட்டா கட்டுறது, குருத்தோலையில சப்பரம் செய்யுறது, காகிதப் பூ செய்யுறது. அவன் கூடச் சேர்ந்து போஸ்டர் ஒட்டப் போவேன். அதுக்காகவே சைக்கிள் கத்துகிட்டேன். சைக்கிள் ஓட்டக் கத்துக்குறது, மணி பார்க்கக் கத்துக்கிறதும் பெரிய விஷயம்னு நெனச்சுக்கிட்டு இருந்தேன். இந்த ரெண்டையும் கத்துக்கிட்டாலே வாழ்க்கைய ஓட்டிடலாம்னு நினைத்துக் கொண்டிருந்த காலம், அது. ரெண்டையும் ஆறாவது வர்றதுக்குள்ள கத்துகிட்டேன். என்னால தனியா வாழ முடியும்னு ஒரு நம்பிக்கை வந்தது.

கான்வென்ட் பள்ளிக்கூடம் அறிமுகமானதும், அங்கயும் கொஞ்ச நாள் படிச்சிருக்கேன். எங்க குடும்பத்தோட ஸ்கூலே இருக்கு, அங்கயும் படிச்சிருக்கேன். அப்புறம் வைத்தீஸ்வரன் கோயில் அரசுப் பள்ளியில +1, +2 படிச்சேன். அந்தப் பள்ளிக்கூடத்துல, 1989 – 90-ஆ இருக்கலாம், மாணவர் தலைவரா இரண்டு வருசம் இருந்தேன். அது ஒரு இன்ட்ரஸ்ட்டிங்கான நிகழ்வு. படிப்பு என்னைப் பொருத்தவரை இரண்டாம்பட்சமாகத்தான் இருந்தது. இன்னைக்கு நான் ரிசர்ச் பண்ணி விருதுகள் வாங்கினேங்கிறது வேற.

ஒரு ஸ்கூலா இல்லாம, எல்லாத்துலயும் படிச்சிருக்கேன். ஒரு இன்ட்ரஸ்ட்டிங்கான விஷயம் என்னன்னா, சௌரிராஜன் ஹையர் செகண்டரி ஸ்கூல்னு ஒரு பள்ளி திருவிளையாட்டம்-ங்குற ஊருல இருக்கு, அந்த ஊரு சங்கரன் பந்தல் போற வழியில இருக்கு. அதுக்குப் பக்கத்துல எங்க பாட்டி ஊரு குரும்பக்குடி கிராமம் இருந்தது. லீவுல அங்க போவேன். ஒரு மாசம், இல்ல ரெண்டு

மாசம் அங்கேயே தங்கிடுவேன். அப்ப பாட்டி," இவனையும் சேர்த்து பள்ளிக்கூடத்துக்குக் கூட்டிட்டு போங்கடா"ன்னு சொல்லுவாங்க. அங்க இருந்த சௌரிராஜன் ஸ்கூல்லயும் கிட்டத்தட்ட ரெண்டு மாசம், எல்லா வருசமும் படிச்சிருக்கேன். அந்த ஊருதான் நீதிக்கட்சி மந்திரி சபையில மந்திரியா இருந்த எங்க தாத்தா, முத்தையா முதலியாரோட ஊரு. அவருதான் முதல் இட ஒதுக்கீட்டு அரசாணையை வெளியிட்டவரு. தூத்துக்குடி மாநாட்டத் தலைமையேத்து நடத்தி," ஏன் வேண்டும் திராவிடஸ்தான்?" என்ற கொள்கைப் பிரகடனத்தை முதன் முதல்ல வெளியிட்டவரு. பல பள்ளிக்கூடங்கள்ள படிச்சிருக்கேன். பள்ளிக்கூடங்கறது இன்னைக்கு இருக்கறது போல பதிவேடா அப்போ இல்லை. யார் போனாலும் சொல்லிக்கொடுப்பாங்க. அது ஒரு ஜாலியான அனுபவம்-னு சொல்லலாம். அப்பல்லாம், யாரு வந்தாலும் பாடம் சொல்லிக் கொடுப்பாங்க. யாரு வந்தாலும் தண்ணி குடுப்பாங்க, சோறு போடுவாங்கன்னு இருந்தது. திருவிளையாட்டம் சௌரிராஜன் ஸ்கூலையெல்லாம் என்னால மறக்கவே முடியாது.

குரும்பக்குடி பாட்டி வீட்டுல ஐந்தடி உயர சட்டகத்துக்குள் ஆளுயர புலி நடந்து வருவது போன்ற அந்த ஓவியம், பார்ப்பதற்குப் பயத்தைத் தருவதற்குப் பதிலாக, ஆர்வத்தைத் தூண்டும். போர்டிக்கோவில் இருந்த தூண்களில் அமைந்திருந்த ஓடம் போன்ற அமைப்புடைய தொட்டிகள் இரண்டிலும் பட்ரோஜா பூத்துக் குலுங்கும். நீண்டு கிடந்த படிகளில் ஏறி உள்ளே போனால், கண்ணாடி அலமாரியில் அழகாக அடுக்கப்பட்டிருக்கும் சிறிதும் பெரிதுமான பொம்மைகள், அவற்றின் செய்நேர்த்தி பிரமிக்க வைக்கும். வீட்டின் உள்ளே ஒவ்வொரு மூலையிலும் புத்தர் சிரித்துக் கொண்டிருப்பார். கலர் கலராகக் கண்ணாடி போட்ட ஜன்னல் கதவுகளின் வழியே வெளிச்சம் ஊடுருவி வீட்டின் அலங்காரங்களுக்கு அழகு சேர்க்கும்.

இயற்கை அழகு. அதை அழகுறக் கையில் பிடித்துக் காற்றில் நிறுத்தி வைத்த கலை மனம் அதைவிடப் பேரழகு. பேருந்து

போகாத கிராமம். நல்லாடை முகட்டில் இறங்கினால் மூங்கில் பாலத்தில் நடந்து ஆற்றைத் தாண்டித் தான் ஊருக்குள் போக முடியும். வீரசோழன் ஆற்றின் தெற்குக் கரையில் இருந்தது குரும்பக்குடி. வலதுபுறம் மல்லிகைக் கொல்லை, இடதுபுறம் வேம்புலி அம்மன் கோயில், அல்லிக்குளம், இரண்டு பக்கமும் வரிசையாகத் தென்னை மரங்கள், கத்தாழைக் குத்து வேலியாய் இருக்க மண் ரோடு, எலுமிச்சங் கொல்லை தாண்டியதும் செம்பருத்தி மரங்கள் என்று நம்மை வரவேற்கும் பாதையின் முடிவு, வீட்டில் கொண்டு போய் விடும். முகப்பில் அழகிய ஆர்ச், ஆர்ச் தாண்டியதும் பழைய வீடு, வில்வண்டி, திண்ணை என்று பாரம்பரியம் காட்டும் கலை நேர்த்தி மிக்க கிராமத்தின் நடுவில் புது வீடு இருந்தது.

ராஜம் சித்தி அந்த ஊரின் மகாராணி. சட்டகத்துக்குள் அடைபட்ட கம்பீரமான புலி, சிமெண்ட் தொட்டியில் பூத்துக் குலுங்கிய பட்ரோஜா, வீட்டின் மூலைகளில் சிலையாய்ச் சிரித்துக்கொண்டிருந்த புத்தர் சிலை, கண்ணாடி அலமாரியில் பூட்டப்பட்ட பொம்மைகள், கிராமத்தின் நடுவில் வீற்றிருந்த வீடு- எல்லாமும் ராஜம் சித்திதான். சித்திக்குப் புத்தகங்கள் படிப்பது, பொம்மைகளைச் சேகரிப்பது, வீட்டை அலங்காரமாக வைத்திருப்பது, விதவிதமாகச் சமைப்பது என்று பல முகங்கள் உண்டு. எதையும் நேர்த்தியாகச் செய்து, சூழலை, சுற்றத்தை அழகாக வைத்திருப்பதில் ராஜம் சித்திக்கு மாற்று இல்லை.

ஒரு பெரும் கூட்டம்.. சின்னாச்சி, பெரியாச்சி-ன்னு சித்தியைச் சுத்தி எப்பொழுதும் இருக்கும். அவர்களுக்கெல்லாம் சித்திதான் தேவதை. பொங்கல் திருவிழா குரும்பக்குடி கிராமத்தின் கொண்டாட்டங்களில் ஒன்று. கொண்டாட்டமான திருவிழாக் காலங்களில், கோலம் போடுவது, கும்மி அடித்துப் பாட்டுப் பாடுவது, மாடுகளை அலங்கரிப்பது, மாவிலைத் தோரணம் கட்டி, பந்தலில் பனங்குலை, இளநீர்க்குலை, ஈச்சங்குலை, மாங்குலை என்று கிராமத்தில் இயற்கையாய் விளையும் விவசாய விளைபொருள்களைக் கொண்டு அலங்கரிப்பது, கொண்டாடுவது என்று எல்லாமும் பார்த்துக் கற்றுக்கொண்டது சித்தியிடம்தான்.

எனக்கு அறிமுகமான ஐரோப்பியக் கலைப் பாடங்களில் வரும் வீட்டைச் சுற்றிலும் காகிதப்பூ மரங்கள் பூத்துக் குலுங்கும் சூழலை எனக்கு அறிமுகப்படுத்தியது குரும்பக்குடி கிராமம். குரும்பக்குடியின் அன்றைய கலைநயமிக்க சூழலுக்கு, சித்திதான் காரணம். என் சாப்பாட்டு ருசி சித்தியிடம் இருந்து கற்றதுதான். வெறுமனே ஒரு ரசம் சாதம்.. அத்தனை ருசியாய்ச் சித்தியைத் தவிர யாராலும் பிசைந்து ஊட்டி விடவும் முடியாது.

ராணிமுத்து வெளியிடும் நாவல், பத்திரிகை படிப்பது இரண்டும் சித்தியின் அறிமுகமே. நீச்சல் அடிப்பது, மரம் ஏறுவது, கோலி விளையாடுவது, பம்பரம் சுற்றுவது, கபடி, ஐஸ் பாய்ஸ், சீட்டுக் கச்சேரி, விடுகதை, சுடுதேங்காய், ஒரு குடம் தண்ணீர் ஊற்றி.. போன்ற விளையாட்டுகளைக் குரும்பக்குடியில்தான் கற்றுக் கொண்டும், விளையாடியும் இருக்கிறேன். எலுமிச்சம் கொல்லை, பெரிய தோப்பு, அம்மாசி மரம், சூரக்காய், குண்டுமணி, கத்தாழை, வேப்பம்பழம், பனம்பழம், மல்லிகைக் கொல்லை, நாவல் மரம், எலந்த மரம் என்று கிராமம் சார்ந்த வாழ்க்கை விளையாட்டுகளின் அறிமுகம் எனக்குக் குரும்பக்குடியில் கிடைத்த அனுபவமே.

இயற்கையோடு இயைந்த வாழ்வைக் கொண்டாடுவது என, சித்தி அறிமுகம் செய்த வாழ்க்கையைத்தான் இன்றும் நான் வாழ்ந்து வருகிறேன். எத்தனை குழந்தைகளுக்கு இப்படியான கலை சார்ந்த வாழ்க்கை கிடைத்துவிடும்! எவருக்கும் இப்படி ஒரு சித்தி, ஒரு கிராமம் கிடைப்பது அரிது. சித்தி அந்த ஊரை விட்டுப் போன அரை மணி நேரத்தில் எல்லாம் காணாமல் போய் விட்டன.. சித்தி புலம்பெயர்ந்து போனது கோயம்புத்தூருக்கு. சித்தியுடனேயே சணல் பொம்மை, வயர் பொம்மை, கதவு அலங்கார மணிகள் இன்னும் அந்த வீட்டை அலங்கரித்துக் கொண்டிருந்தவை எல்லாம் காற்றில் கரைந்து விட்டவை போல் காணாமல் போயின.

இப்படியான என்னுடைய குழந்தைப் பருவம் தொடங்கி இன்று வரை என்னுடைய எழுத்து சார்ந்த, கலைகள் சார்ந்த இன்றைய

வாழ்க்கையின் அடிப்படைகளைக் கற்பித்த முதல் ஆசிரியர் 'ராஜம் சித்தி'தான். இன்றைக்கும் எனக்கான ஆச்சரியங்களில் ஒன்று, ராஜம் சித்தியின் கைவினைப் பொருள்கள் சார்ந்த நுண்கலை ஆர்வம். இன்றும் என்னுடைய கலைச் செயல்பாடுகளுக்கான உத்வேகமும், ஊக்கமும் ராஜம் சித்தியிடமிருந்து பெற்றவை மட்டுமே.

ஊர்ல காணும் பொங்கல் கடற்கரை ஓர நிலத்தில் விமரிசையாகக் கொண்டாடப்படும் திருநாள். புளியந்தோப்பில் வட்டமாய் நின்று கும்மி அடித்து விளையாடும் அம்மாவின் வயதொத்த பெண்களை, அம்மாவை விட வயதில் சிறிய பெண்களை, பாட்டிகளைப் பார்த்து மகிழ்ந்த காலம் நினைவில் வருகிறது. காணும் பொங்கல் அன்று, காலையில் சைக்கிளை எடுத்துக்கொண்டு பூம்புகார் கடற்கரைக்குச் சென்று விளையாட்டுகளைக் கண்டு களிப்பது வழக்கம். குறிப்பாக கபடி, சிலம்பாட்டம் பார்த்து மகிழ்ந்தது ஒரு காலம். காணும் பொங்கல் அன்று தொலைக்காட்சி பார்க்கும் வழக்கம் வந்த பிறகு வீட்டிற்கு வெளியில் போகாமல் இருந்துவிட்ட தலைமுறைக்கு இதெல்லாம் தெரியுமா என்று தெரியவில்லை. கும்மி, கோலாட்டம், சிலம்பம், கபடி, கூத்து எல்லாம் கிராமங்களில் வழக்கொழிந்து போயிருக்கலாம். தைத்திருநாள் வந்தால் அவள் ஞாபகம் வந்துவிடும். ஒரு நாள் புத்தகக் கண்காட்சியில் வாங்கி வந்த புத்தகங்களை வாசித்துக் கொண்டிருந்தேன். கவிதைத் தொகுப்பு ஒன்றைக் கையிலெடுத்து உனக்காக ஒரு பக்கம்; அது இடது பக்கம். எனக்காக ஒரு பக்கம்; அது வலது பக்கம் என்று விளையாடினேன். அவள் என் வாழ்வில் இருந்து காணாமல் போய் முப்பது ஆண்டுகளுக்கு மேல் ஆகிவிட்டன.

இன்றும் கவிதைத் தொகுப்புகள் கையில் கிடைத்தால் அவளுக்கு ஒரு பக்கமும் எனக்கு ஒரு பக்கமும் என மூடித்திறந்து கிடைக்கும் கவிதையில் அவள் எனக்குச் சொல்லும் காதல் மறைந்து கிடக்கிறது.

அவள் இன்று எனக்கு படிக்கத் தந்த கவிதை இது.

மதுக்குடி

அந்த வீட்டின்
கடைசி நம்பிக்கையான
ஒரு பச்சை நோட்டு
அருந்துவதன் பொருட்டு
அங்காடிக்குச் சென்று இருக்கிறது
திரும்ப வந்தவுடன்
வீட்டில் இருக்கும் அது அறிந்த விபச்சாரி
லேசான தோசை ஊற்றுவாள்
ஓரத்தில் முறுகலாய்
ஏப்பம் ஏச்சுகளாய் வெளிவரும்
அம்மாவுக்கு ஆள் பிடிப்பவனாய்
உருவாக்கப்பட்டவன்
மூக்கில் விட்ட குத்தில்
தாயோளி ஆகி விட்டான்
அப்பனுடைய அன்புக் கிளி
பச்சத் தேவ்டியா முண்டக்கிளி ஆகிவிட்டாள்,
எங்கம்மை காசுல குடிக்கிற
நீ தாண்டா வேச மவன்
என பதிலில் மிழற்றுகிறது கிளி
காலையில் மூவருக்கும்
நாஷ்டா வாங்கப் போகும்
மிச்சமிருக்கும் ஆரஞ்சுப் பேப்பரில்,
மானங்கெட்ட குடும்பம் என்று நாமும்
வழமை என்று அவர்களும்

கோணலாய்ப் பல்லிளித்து

புன்னகை எனப் பெயர் சூட்டலாம்.

-தேவசீமா.

நான் எங்க ஊருல இருந்த அரசுப் பள்ளியில படிச்சிருக்கேன். தறி வாத்தியார்தான் Moral Instructor-ஆவும் இருந்தாரு. நல்லா வெத்தல பாக்குப் போடுவாரு. ஆறாவதுல தறி ஓட்டக் கத்துகிட்டேன். அங்கதான் எனக்குக் கதைகள் அறிமுகமாச்சு. கடைத்தெருப் பள்ளிக்கூடம் பெரிய ஓட்டுக் கட்டடத்துல இருந்தது. ஒரு செக்க்ஷன் மட்டும் ஆங்கில வழிப் படிப்பு, மத்ததெல்லாம் தமிழ் வழி. ஒவ்வொரு வகுப்புலயும் 6 செக்க்ஷன்கள் இருக்குற மிகப் பெரிய பள்ளிக்கூடம், அது. 6, 7, 8 வகுப்பு மட்டும் கடைத்தெருவுலயும், 9, 10, 11, 12 வகுப்புகள் ஊழியக்காரன் தோப்புலயும் இருந்தன. 70 வாத்தியாருங்களுக்கு மேல வேலை பாத்தாங்க. அன்னபூரணி, இந்திரா, காந்திமதி, சரசா, சுசிலா-இவங்கள்லாம் எனக்கு டீச்சர்களாக இருந்தவங்க. கிருஷ்ண ஐயங்கார், P.முருகையன், கண்ணன், உப்பிலி, அம்பலவாணன், திருநாவுக்கரசு, வெங்கடேசன் இவங்கள்லாம் எனக்கு வாத்தியார்கள்.

பள்ளிக்கூடத்தில் வேலை பாத்த இந்த வாத்தியாருங்கள்ள, பெரியாரைப் பின்பற்றியவர் பி.முருகையன் வாத்தியார்தான். அவர் வழியாகத்தான் எனக்கு அண்ணாவும் பெரியாரும் கொள்கைகளாகப் புரிய ஆரம்பித்தார்கள். பிம்பங்களை, அவற்றின் பின்னால் செயல்படும் அரசியலைச் சொல்லிக் கொடுத்தவர் அவர்தான். எம்ஜிஆர் முதல்-அமைச்சராக இருந்த போது, ஒரு தீபாவளி மாதத்தில் ஆசிரியர்களைச் சிறையில் அடைத்தார். 30 நாட்களுக்கு மேல் ஆசிரியர்கள் சிறைப்பட்டிருந்தார்கள். நாங்கள் ஆசிரியர்களுக்காக வீதிக்கு வந்து போராடினோம். வகுப்புகளைப் புறக்கணித்தோம். பள்ளிக்கூடங்களில் பாடத்திட்டங்களைப் படிப்பது, அதை விடவும் சமுதாயத்தை, அதன் விடுதலையைப் படிப்பது காலத்தின் தேவை எனச் சொல்லிக் கொடுத்த ஆசிரியர்கள்

இருந்தார்கள். திராவிட இயக்கம் ஆட்சி அதிகாரத்திற்கு வந்த பிறகு மாணவர் இயக்கம் வலுப்பெற்று மொழி, மொழி வழிக் கல்வி, கல்வி வழி விஞ்ஞானம், அரசியல், சமூகப் பொருளாதாரம் என படிப்படியாக ஓரளவேனும் இன்று இருக்கும் மாற்றங்களைக் கொடுத்திருக்கிறது. அதன் தொடர்ச்சி அறுந்து போவதற்காகவே தனியார்மயம், அதன் பிறகு மொழி திணிப்பு, அதன்வழி கலாச்சார அழிப்பு எல்லாம் தொடர்கிறது.

இப்போதெல்லாம் எனக்கு ஒரு எண்ணம் வந்து கொண்டே இருக்கிறது: பேரறிஞர் அண்ணாவைப் பற்றிய எண்ணம்தான் அது. அண்ணாவின் சிந்தனையை உயர்த்திப் பிடிக்க வேண்டிய காலத்தில் இருக்கிறோம். பேரறிஞர் அண்ணா என் ஆசிரியர்களுக்கு எல்லாம் ஆசிரியர். வெற்றுக் கோஷங்களிலிருந்து நம்மை விடுவித்துக் கொள்ளணும். நமது சமூக விடுதலைக்குப் பாடுபடணும் என்ற எண்ணம் எழுகிறது.

அந்தப் பள்ளிக்கூடத்துலதான் 'மாணவர் கூட்டுறவுச் சங்கம்' இருந்தது. இடைவேளையில் அங்க, நான் முட்டாய் விற்பேன். ஒர்க்ஷீட், மேப், காம்போசிஷன் நோட் எல்லாம் கூட விக்கணும். தினமும் பதினோரு மணிக்குப் பள்ளிக்கூடத்துக்கு எதுத்தாப்புல இருந்த கூட்டுறவு வங்கியில பணத்தைக் கட்டணும். வருசா வருசம் வாத்தியார் மாறினாலும் என்னோட வேலை அப்படியேதான் இருந்தது. எல்லாரும் ஐஸ் வாங்கப் போவானுங்க. நான் கடையத் திறந்துட்டு உக்காந்துருப்பேன். இப்படியாக, படிப்பைத் தவிர எல்லா வேலையுமே கத்துக்கிட்டன்.

கடைத்தெருவுல எங்க அப்பாவுக்கு ஒரு கடையும் இருந்தது. அது பள்ளிக்கூடத்துக்குப் பக்கத்துலேயே இருந்தது. தினமும் ஒரு ரூபாய் அல்லது இரண்டு ரூபாய் கிடைக்கும். அது எல்லாத்தையும் சேத்து வெச்சிப்பன். பள்ளிக்கூடத்துக்கும் கடைக்கும் நடுவுல சீர்காழி தலைமைத் தபால் நிலையம் இருந்தது, இப்பவும் இருக்கு. அதுலதான் சஞ்சயிகா சிறுசேமிப்புத் திட்டத்துல சேர்ந்தேன். அதே வருஷத்துல, கொள்ளிடம் முக்கூட்டுல இருந்த

தஞ்சாவூர் பர்மனென்ட் பேங்க்லயும் கணக்கு துவங்கினேன். என்னோட போஸ்ட் ஆபீஸ் கணக்கு இன்னமும் இருக்கு. தஞ்சாவூர் பர்மனென்ட் பேங்க் கணக்கு, இந்தியன் பேங்க் கணக்கா மாறியிருக்கு. என்கூடப் படிச்ச குமரகுருவோட அப்பாதான் போஸ்ட் ஆபீசுல இருந்தாரு. சேமிப்பு ஒரு பழக்கமா உருவானதுக்கு, முற்போக்குச் சிந்தனை கொண்ட தபால் ஊழியர்களும் காரணம்னு இப்பத் தோணுது.

ஆங்கில வகுப்புல படிச்சுக்கிட்டு இருந்த என்னை, அப்பா கடலூரில் கொண்டு போய்ச் சேர்த்து விட்டுட்டாங்க. அங்க படிச்சப்பதான், நான் கிரிக்கெட் விளையாட ஆரம்பிச்சேன். மஞ்சக்குப்பத்துல அண்ணா மார்க்கெட்டுக்குப் பின்னாடி இருக்குற ரைஸ்மில்தான் எங்க ஹாஸ்டல். அங்கிருந்து காளியம்மன் கோயில் தெரு வழியா ARLM பள்ளிக்கூடத்துக்கு வரிசையா நடந்து போவோம். எனக்கு துணி தொவைக்கறது, அயர்ன் பண்றது, கிரிக்கெட் ஆடறது, நெல்லு அவிக்கிறது, பன்னி அறுக்குறதுன்னு எல்லாத்தையும் கடலூருதான் கத்துக் குடுத்துச்சு. ஆனா, படிப்பு மட்டும் ஏறல.

கடலூர் ரொம்பவும் வித்தியாசமான நிலப்பரப்பு. பஸ் ஸ்டாண்ட் பக்கத்துல 'ஆராதனா'ன்னு ஒரு ஹோட்டல் இருக்கும். வாராவாரம் அப்பா என்ன அங்க கூட்டிட்டுப் போயி, சாப்பாடு வாங்கித் தருவாங்க. அப்பாகிட்ட ஆராதனா-ன்னா என்னனு கேட்டேன். சர்மிளா தாகூர் பத்தியும், ஆராதனா படத்தைப் பத்தியும், 'மேரா சப்புனோ கி ராணி கப் ஆயேகி து.'ங்கற பாட்டு பத்தியும் ரொம்ப நேரம் சொன்னாங்க. அன்னையில இருந்து ஒரு தியேட்டர் விடாமப் போயி ஹிந்திப் படமாப் பாக்க ஆரம்பிச்சேன். அப்படித்தான் ஒருநாள், ரமேஷ் தியேட்டர்னு நெனைக்கிறேன். காலைக் காட்சின்னு போய் உக்காந்தா, பிட்டுப் படம் ஓட்டுனான். மொத மொதல்ல அவ்ளோ பெரிய ஸ்க்ரீன்ல செக்ஸ் படம் பாத்தேன். அதுக்கு அப்புறம் மாயவரம், கும்பகோணம், தஞ்சாவூர்னு தமிழ், ஹிந்தி, மலையாளம் எல்லா மொழிப் படங்களயும் பாக்க ஆரம்பிச்சேன். ஒரு கட்டத்துல 24 மணி

காகிதப்பூ 49

நேரமும் தியேட்டர்லயே என்னோட பொழுது ஓடுச்சு. ரஜினி சங்கரும் கூடவே இருப்பான். இப்பவும் சினிமா பார்க்குறத விட்டுடல.

எட்டாவது படிக்கும் போது NCC-ல சேர்ந்தேன். அங்கதான் சைக்கிள்ல 25 அல்லது 30 கிலோமீட்டர் தாண்டிப் பயணம் போறதுக்கான பயிற்சி கொடுத்தாங்க. தைரியமா ஊர் சுத்துறதுக்கும், இன்னைக்கு இருக்குற வாழ்க்கையை வாழ்றதுக்குமான அடிப்படையே அங்கதான் ஆரம்பிச்சதுன்னு, இப்ப நினைக்கத் தோணுது.

வெங்கடேசன் வக்கீல் பின்னாடி தெருவுல இருந்தாரு. அவரோட பையன் அருணும் நானும் நல்லா துப்பாக்கி சுடுறோம்-னு சான்றிதழ் கொடுத்தாங்க. அந்த NCC என்னோட உடல் வலிமையை, மன வலிமையை எனக்கு காமிச்சிக் கொடுத்துச்சு. இன்னைக்கும் NCC வாழ்க்கைய என்னால மறக்க முடியாது. ஏன்னா, ரெண்டு மணி நேர NCC பரேடுக்கு அப்புறம், சாப்பிடறதுக்கு ஒரு தோசையோ பூரியோ கொடுப்பாங்க. தேவாமிர்தமாக இருக்கும். இன்னொன்னு கிடைக்காதான்னு ஏக்கமா இருக்கும்.

கடைத்தெருவுல மகாலிங்க ஐயர் ஓட்டல் ரொம்பப் பிரபலமா இருந்தது. அங்க போயி, ரவா தோசைக்கு தேங்காய்ச் சட்னியும் சர்க்கரையும் வெச்சு சாப்புடுறது எனக்குப் பழக்கமாச்சு. அப்புறம் ரத்னா கபே, சண்முகம் பரோட்டா கடை இப்படிக் கொஞ்சம் கொஞ்சமா ஓட்டல்கள்ள சாப்புட ஆரம்பிச்சேன். வீட்டுல ஆச்சி சமையல், அதைத் தாண்டிக் கடைங்கள்ள சாப்பிடுறது மேல எனக்கு ஒரு தனிப் பிரியம் வந்துச்சு. அப்புறம், கொஞ்சம் கொஞ்சமாக் கடைத்தெருவில் சாப்பிடுறதுன்னு ஆகிப்போச்சு. அப்பா, வியாபாரிகள் சங்கத் தலைவராகப் பத்து வருஷம் இருந்தாங்க. அவருக்குத் தெரியாமக் கடைத்தெருவுல எதுவும் நடக்காது. நான் கடையில சாப்புடுறது தெரிஞ்சும் பெருசாக் கண்டுக்கல. இன்னைக்கு Swiggy-ல ஆர்டர் பண்ணிச் சாப்புடற பழக்கம், NCC-ல ஆரம்பிச்சதுன்னு நினைக்கிறேன்.

1984-ஆம் வருஷம் நகராட்சித் தேர்தல் நடந்தப்பதான் திமுக-வுக்குத் தேர்தல் வேலை செய்ய ஆரம்பிச்சேன். என்னோட மாமா ராஜமாணிக்கம் நாகப்பட்டினம் தொகுதியில திமுக எம்எல்ஏ-வா இருந்தாரு. சீர்காழியில நகராட்சி சேர்மனுக்குத் திமுக சார்பா சம்பத் நின்னாரு. 1986-ல நகரசபையைத் திமுக கைப்பற்றுச்சு. நான் ஊழியக்காரன் தோப்பு பள்ளிக்கூடத்துக்குப் படிக்கப் போனேன். போறதுக்கு முன்னாடி, நான் படிச்ச வகுப்புல அண்ணாவின் படத்துக்குக் கண்ணாடி பிரேம் போட்டு, என்னோட பேர அதுல எழுதி மாட்டி வெச்சுட்டு வந்தேன். இப்படி, திமுக-வோட தீவிரமான தொண்டனாப் பல தேர்தல்கள்ல வேலை பாத்திருக்கேன். எனக்கு, வேற எந்தக் கட்சியும் தெரியாது. சுவத்துல படம் வரையறது, கட்சி வேலை பார்க்குறது, அரசியல் பேசுறது, கோயில் வேலைக்குப் போறது, சைக்கிள்ல ஊர் ஊராச் சுத்துறது. இப்படித்தான் என் வாழ்க்கை போயிட்டு இருந்தது. ஆனால் ரஜினி சங்கர், அவன் அப்பாவோட தொழிலை எடுத்து நடத்த ஆரம்பிச்சான். அவன் அப்பா, ஆடுதுறையில இருந்து எங்க ஊருக்கு வந்து தென்னந்தோப்பக் குத்தகைக்கு எடுத்து இங்கேயே தங்கிட்டாங்க. அவனோட சின்ன தாத்தாதான் சம்பந்தத் தேவர். காந்தி பூங்காவுக்குப் பக்கத்துல இருந்த தென்னந்தோப்ப அவரு குத்தகைக்கு எடுத்தாரு. கீத்து மொடையுறது, பாளை சீவுறது, இளநீர் விக்குறது- இப்படி தோப்பு சார்ந்த எல்லா வேலைங்களயும் சங்கரோட அப்பா செஞ்சிகிட்டு இருந்தாரு.

1971-ல காவேரிப் பூம்பட்டினத்துல சிலப்பதிகாரக் கலைக்கூட கட்டடங்கள் கட்டப்பட்டு, கோலாகலமாக மூணு நாள் விழா நடந்தது. தருமபுரம் ஆதீனத்துல இருந்து, கோயில் யானைகள், மாடு, வெள்ளி ரதம், வாகனங்கள், விருதுகள்னு சொல்லப்படுற பதாகைகள் எல்லாத்தயும் ஊர்வலமா எடுத்துட்டுப் போனாங்க. சிலப்பதிகாரத்தில் சொல்லப்பட்ட தோரண வாயில் கட்டப்பட்டு திறப்பு விழா நடந்தது. நெடுங்கல் மன்றம், கலைக்கூடம் எல்லாம் திறப்பு விழாக் கண்டன. மூன்று நாட்கள் இந்திர விழா கொண்டாடப்பட்டது. அந்த விழாவின் போதுதான் குருத்தோலை

அலங்கார வளைவுகளை ரஜினி சங்கரின் தாத்தா, ஆடுதுறையிலிருந்து ஆட்களை வைத்து அமைத்துக் கொடுத்து, பாராட்டும் பேரும் வாங்கினார். கொஞ்சம் கொஞ்சமாக ரஜினி சங்கரின் அப்பா பந்தல் தொழிலுக்கு வந்தார். 1972-இல் நானும், 1973-இல் சங்கரும் பிறந்திருக்கிறோம். எப்படியோ, அவன் ரஜினி சங்கர் ஆகிவிட்டான். நான் நானாகவே இருக்கிறேன்.

ஒரு நாள் இந்தியன் பேங்குல, 'கிசான் விகாஸ் திட்டம்' அறிமுகப்படுத்துனாங்க. அதுல லோன் போட்டு, அம்பாசிடர் கார் வாங்கினேன்.

பொன்மகள் வந்தாள், பொருள் கோடி தந்தாள்..

பூமேடை வாசல் பொங்கும் தேனாக..

கண்மலர் கொஞ்சம், கனிவோடு என்னை..

ஆளாக்கினாய் அன்பிலே..

அப்பல்லாம் எனக்கு ஒரே.. கனவுதான். பத்தாவது படிக்கும்போதே டிரைவிங் லைசென்ஸ் எடுத்துட்டேன். என்னோட வண்டி நம்பர் 9777. மாசா மாசம் லோன் ஒழுங்காக் கட்டினது போக, பத்தாயிரம் ரூபா வரைக்கும் கிடைக்கும். அதையும் சேர்த்து ஒரே வருஷத்துல லோனை அடைச்சுட்டேன். அந்த வருஷமே எனக்கு வேலையும் கிடைச்சது. இதையெல்லாம் நான் திட்டமிட்டுச் செய்யலை. எதெல்லாம் நடக்குதோ, அது எல்லாத்தையும் அததன் போக்குலயே ஏத்துக்கிட்டேன். அப்படித்தான், இன்னைக்கு வரைக்கும் போய்கிட்டே இருக்கு.

அன்னைக்கு ஆடி அமாவாசை. வைத்தீஸ்வரன் கோயில் கீழ சன்னதியில செட்டியார் சத்திரத்துல இருந்த பள்ளிக்கூடத்துல, முன் தாழ்வாரந்தான் என்னோட வகுப்பறை. ஏழு மணிக்கெல்லாம் சைக்கிள்ல அங்கு போய் சேர்ந்தேன். கோபால், அமீர், பாபு, செந்தில், ஜோக்கர், மாமா, அருட்செல்வன், அமீருதின், வாய் பொளந்தான், அலெக்சாண்டர், வீரியம்-எல்லாரும் சைக்கிள்ல பூம்புகாருக்குப் புறப்பட்டோம். தேத்தாக்குடி வழியாக 9

மணிக்கெல்லாம் கடற்கரையில் இருந்தோம். கடலில் குளிச்சிட்டு, மீன் சாப்பிட்டு, மதியம் கிளம்பி பாபு வீட்டில் தங்கி, இரவெல்லாம் சீட்டாடிட்டு அடுத்த நாள் பள்ளிக்கூடம் போகல.

11-ஆம் வகுப்பு மாணவர்களாகிய நாங்கள் பள்ளிக்கூடத்துல சேர்ந்து பத்து நாட்களுக்குள் இப்படி ஒட்டுமொத்தமா வகுப்புக்குப் போகாமல் இருந்தது, எனக்குப் புது அனுபவமா இருந்துச்சு. KN-ம் GK-வும் பெருசா ஒண்ணும் கண்டுக்கல. விருத்தாசலம் அரசுப்பள்ளியில இருந்து அப்பதான் மாத்தலாகி வந்திருந்த தலைமை ஆசிரியர், ஒவ்வொரு மாணவரிடமும் 1000, 2000 வாங்கிக்கிட்டு சேர்க்கைக் கடிதம் தந்திருந்ததால, அவரும் பெருசாக் கண்டுக்கல. அரசுப் பள்ளிங்றதால பன்னிரண்டாம் வகுப்பு முடிக்கும் வரை, வகுப்பு இருந்தாலும் ஒண்ணுதான், இல்லைனாலும் ஒண்ணுதான்னு ஆயிடுச்சு.

தெய்வீகன், கமல் ரசிகன். நானும், அமீரும், பாபுவும், ரஜினி ரசிகர்கள். அமீர் அவ்வப்போது உயர்ந்த ரசனை உள்ள படங்களைப் பற்றிப் பேசுவான். தினத்தந்தி பேப்பரில் அன்று காலை 1/4 பக்கத்திற்குக் கருப்பு வெள்ளையில் கிரிஜா படம் போட்டு, ‘ஓ.. பிரியா.. பிரியா’ என்று மட்டும் எழுதி, ஒரு விளம்பரம் வந்திருந்தது. ஏற்கனவே ‘கீதாஞ்சலி’ படம் எங்களுக்கு அறிமுகமாகி இருந்ததால், மணிரத்தினத்தின் ‘இதயத்தை திருடாதே’ படம் எனப் புரிந்து போயிற்று. நானும் அமீரும், மாயவரம் போய் ‘இதயத்தை திருடாதே’ படம் பார்த்து விட்டு வரும் போதுதான், ஒன்பதாம் வகுப்புப் படித்துக் கொண்டிருந்த பிரியாவை தான் காதலிப்பதாக அவன் என்னிடம் சொன்னான்.

எனக்குக் காதல் கத்திரிக்காய் எல்லாம் சரிப்பட்டு வராது. எனக்குத் தெரிந்த ஒரே வசனம், “ந்தா.! வர்றியா?” மட்டுந்தான். ஊர்ல நான் அப்படித்தான். அது ரொம்பத் தப்புன்னு அப்பறம் தெரிஞ்சது, எனக்கும் காதல் வந்தப்ப. அன்னைக்கு சில பெண்கள் சிரித்துக் கொண்டு கூப்பிட்டுப் போவார்கள். சிலர் கெட்ட வார்த்தையில் திட்டுவார்கள். வேறு சில பெண்களோ மாராப்பை

விலக்கிக் காட்டி அங்கேயே செய்யச் சொல்வார்கள். இதில் 'காதல்' என்று அவன் சொன்னதும், "படத்தப் பாத்துட்டு ஒளறாதடா, இதெல்லாம் நம்ம ஊர்ல சரிப்பட்டு வருமா"ன்னு கேட்டேன்.

அவன் "மரோ சரித்ரா, ஏக் துஜே கேலியே"ன்னு சொல்லி, எனக்குக் காதலை புரிய வைக்க முயன்றான்.

"சரி. எக்கேடும் கெட்டு ஒழியட்டும்"னு சொல்லி அவனையும் அவன் காதலையும் ஆதரித்து, மன்னித்து விட்டேன்.

"எல்லாம் சினிமாவுக்குத்தான் ஒத்து வரும். போனோமா வந்தோமான்னு இருக்கணும்டா" என்று மட்டும் சொல்லி முடித்துக் கொண்டேன்.

அமீருடைய காதல், அவனுக்குக் கல்யாணமாகி இரண்டு, மூன்று குழந்தைகள் பிறந்து, அவர்களுக்கும் கல்யாண வயது வந்துவிட்டது. பிரியா கல்யாணமாகி அமெரிக்காவில் செட்டில் ஆகிவிட்டாள். நேற்றுக் கூட கல்யாணசுந்தரம் பேசிக்கொண்டிருந்தான், "இன்னமும் தொடருதுடா"ன்னு.

நான் சொன்னேன், "எல்லாம்.. இந்த இன்டர்நெட்டால வந்த வினை. அவ அங்க பாட்டு போட்டு ஆடியிருப்பாள். இவன் இங்க குப்புறப் படுத்து, பாயப் பிராண்டியிருப்பான். என்னத்தச் சொல்றது?"

அதுக்கு கல்யாணம், "ஒங்களுக்குக் காதலும் தெரியாது, கத்தரிக்காயும் தெரியாது" என்று சிரித்து வைத்தான்.

"முப்பது வருஷம் ஓடிப்போச்சு. இப்பல்லாம் கூப்பிட்டாக் கூட யாரும் வர்றதில்லை. நமக்கும் இண்ட்ரஸ்ட் போயிடுச்சு, இவன் மட்டும் எப்படித்தான் மெயின்டைன் பண்றானோ"ன்னு சொல்லி போனை வைத்தேன்.

பாபு, சங்கீதாவை லவ் பண்ணிதான் கல்யாணம் பண்ணினான். கோபாலுக்கு, கடைசி வரைக்கும் சாந்தி கிடைக்கல. இப்படி ஒவ்வொருத்தருக்கும் ஒரு கதை இருக்கு.

தெய்வீகனும் நானும் சூரசம்ஹாரம், ரெட்டை வால் குருவி, சத்யா இந்தப் படமெல்லாம் போய் பார்ப்போம். அவன் கமல் ரசிகன். ஒருநாள், 11-ஆம் வகுப்புக்குப் பொதுத்தேர்வுன்னு தமிழ்நாடு அரசு அறிவித்தது. நானும் தெய்வீகனும் சேர்ந்து, பள்ளிக்கூடப் பசங்களையெல்லாம் கூப்பிட்டு மாயவரத்துல இருந்து மெட்ராசுக்குப் போற முக்கியமான ரோட்டை மறிச்சு உட்கார வெச்சிட்டோம். 2500 பசங்க ரோட்டுல உக்காந்திருந்தாங்க. *CRC* பஸ் டிரைவரும் கண்டக்டரும் ரோட்டிலிருந்து பசங்கள எழுந்திருக்கச் சொல்லி ரெண்டு, மூணு பொண்ணுங்கள அடிச்சுட்டாங்க.

அறுபது, எழுபது டிரைவர், கண்டக்டர பசங்கள்லாம் சேர்ந்து அடிச்சு, பஸ் கண்ணாடி எல்லாம் ஒடச்சி, நாகப்பட்டினத்திலிருந்து கலெக்டர் வந்து, எஸ்பி வந்து, ஸ்ட்ரைக் நடத்தின என்னையும் தெய்வீகனையும் தேடுறாங்க.

நான், தெய்வீகன், ஜெயபிரகாஷ், பிரபாகரன் எல்லாரும் போயி அரசு மருத்துவமனையில அட்மிட் ஆயிட்டோம். டிரைவர்களும், கண்டக்டர்களும் எங்களை அடிச்சுட்டாங்கன்னு டாக்டர் சர்டிபிகேட் கொடுத்துட்டார். கும்பகோணத்துல இருந்து *CRC*-யோட *MD* வந்து பேச்சுவார்த்தை நடத்தி, எங்களுக்கு நஷ்ட ஈடு கொடுத்து, ஒரு வழியா அந்தப் பிரச்சனை முடிவுக்கு வந்தது.

இரண்டு கண்டக்டருக்கு கையில ஃப்ராக்ச்சர், ஒரு டிரைவருக்கு இடது காலும் இன்னொரு டிரைவருக்கு மண்டையும் ஒடஞ்சுப் போச்சு. பலபேருக்கு, பிளேடு போட்டதுல தாரை தாரையா இரத்தம் ஊத்துது. இதெல்லாம் பள்ளிக்கூடத்துல சாயங்காலம் கராத்தே கத்துகிட்டு இருந்த பசங்களால செய்யப்பட்ட, தரமான சம்பவம்.

CRC டிரைவர், கண்டக்டர் எல்லாரும் சக்தி விலாசுல இருந்து வந்தவங்க. பாதிப்பேருக்குக் கண்ணு தெரியாது. பசங்கள எதுத்து என்ன செய்ய முடியும்? லைப்ரரிக்குப் பக்கத்து ரூம்ல, பத்துபேரைப் போட்டுப் பூட்டிட்டாங்க. அதுக்கப்புறம், நான்

எந்த பஸ்ல ஏறுனாலும், மாயவரத்துக்கும் சீர்காழிக்கும் என்கிட்ட டிக்கெட் வாங்க மாட்டாங்க. அப்படி ஒரு மரியாதை. அப்பதான் தெரியும், பிரைவேட் பஸ் கண்டக்டரா ஓடுனவரோட பொண்ணு, என்கூடப் படிச்சது. எனக்கு அந்தப் பொண்ண ரொம்பப் பிடிக்கும். அவன்கிட்ட கேட்டேன், "ஏன்..டா அந்தப் பொண்ண மட்டும் ரொம்பப் புடிக்குது?"

அவன் என்னென்னமோ சொன்னான், "உனக்கு கௌதமியைப் பிடிக்கும். அந்தப் பொண்ணு கௌதமி மாதிரி இருக்கு. அதனால உனக்குப் பிடிக்குது."

"என்னன்னு தெரியலடா. அவ வெச்சுட்டு வர்ற செம்பருத்திப்பூ, போட்டுட்டு வர்ற தாவணியும் பிடிக்குது", அப்படின்னு சொல்லி ஒரு நோட்டு முழுக்கக் கவிதை எழுதினேன். தினமும் மதியம் அவ பின்னாடியே போயி, அவ சாப்பிட்டுட்டு வர்ற வரைக்கும் சலூன் கடையில உட்கார்ந்திருந்துட்டு, மறுபடியும் அவ பின்னாடியே வருவது ஒரு பொழுதுபோக்காப் போச்சு. கடைசி வரைக்கும் நானும் சொல்லல அவளும் கேட்கல.

பாபுவும் யான அசோக்கும் ஒரு நாளு தண்ணியப் போட்டுட்டு அவ கிட்ட கேட்டானுவோ, "நீ என்னா.. என் ஆளக் கல்யாணம் பண்ணிக்கப் போறியா, இல்லையா?" அப்படீன்னு.

"என் மாமாவத்தான் நான் கல்யாணம் பண்ணிப்பேன்"ன்னு சொல்லிட்டா, அவ. அவனுக்கு வயசு 48, இவளுக்கு 17. அப்புறம் அவன் கூட கல்யாணமாகி ரெண்டு வருஷத்துல ரெண்டு புள்ளையக் கொடுத்துட்டு, சவுத்ஆப்பிரிக்கா போயிச் செத்துப் போயிட்டான். பிரபாகரன்தான் எனக்குப் போன் பண்ணி, "மாப்ள! செத்துட்டாண்டா அவன்" அப்படீன்னு சொன்னான். அதுக்கு அப்புறம் ஒரு செய்தியும் எனக்கு இன்னைக்கு வரைக்கும் தெரியாது. ஏன்னா, அப்பப்போ எனக்குச் சொல்லிட்டு இருந்த பிரபாகரன் மண்டையப் போட்டுட்டான். SFI-ல இருந்த ஜேபி-யும் செத்துப்பூட்டான்.

எங்க பள்ளிக்கூடத்துல, நான் மாணவர் தலைவராக இருந்தேன். அந்தப் பள்ளிக்கூடத்தோட முழு வளர்ச்சிக்கும் நாங்கதான் காரணமா இருந்தோம். நாங்க வந்ததுக்கப்புறம் பெண்கள் பள்ளி தனியாகவும் ஆண்கள் பள்ளி தனியாகவும் பிரிக்கப்பட்டுடுச்சு. என்னோட காதலும் அதோட முடிஞ்சிப் போச்சு.

மூணு நாலு பேரு, அந்தப் பள்ளிக்கூடத்துல என்னையக் காதலிச்சாங்க. ஒரு கல்யாணமான டீச்சர், அப்பப்போ அவசரத்துக்கு என்னைக் கூப்பிட்டு வச்சுக்குவாங்க. அப்பா இறந்துபோனதால வேலை கிடைச்சு, புதுசா வேலையில சேர்ந்த கிளார்க் பொண்ணு, அப்புறம் 11-வதுல *Maths* குரூப் படிச்ச ஒரு பொண்ணு, அப்புறம் 9-வது வகுப்புல ஒருத்தி, இப்படி நண்பர்களுக்குக் கூடத் தெரியாம, என் கூட இருந்தவங்க நிறைய பேரு. என்னோட சீனியர் அக்காங்க ரெண்டு பேருக்கு என்னைய ரொம்பப் பிடிக்கும். வெளியூர்ல நடக்கிற போட்டிங்களுக்கு, அந்த ரெண்டு அக்காங்களும் துணைக்கு என்னையும் கூட்டிட்டுப் போவாங்க. கும்பகோணத்துல அரசலாத்தங்கரையில, பள்ளிக்கூடங்களுக்கு இடையில், கல்லூரியில மூணு நாள் போட்டி நடந்துச்சு. அந்தப்போட்டிக்கு அவங்களோட என்னையவும் கூட்டிட்டுப் போனப்பதான், அந்த ரெண்டு அக்காங்களும் எங்கூட செக்ஸ் வெச்சிகிட்டாங்க. அதுக்கப்புறம் அந்தப் பள்ளிக்கூடம் எனக்கு சொர்க்கமாத் தெரிஞ்சது. அதுல ஒரு அக்கா, ஒரு அண்ணனத் தீவிரமாக் காதலிச்சாங்க. அந்த அண்ணன், இப்ப போலீஸ்ல சேர்ந்து பெரிய பதவியில இருக்காங்க. அந்த அக்கா, அந்த அண்ணன் கூட நல்லா பழகினாங்க. ஆனா, அவனத் தொடக்கூட விட மாட்டாங்க. காம்பவுண்டுக்கு வெளியில அந்த அண்ணன் என்னைப் பார்த்துட்டா, எனக்கு என்ன வேணும்னாலும் வாங்கிக் குடுப்பாரு.

என்னோட உடற்கல்வி ஆசிரியரா பீட்டர் சுப்பு ரெட்டி இருந்தாரு. அவருக்கு என்னைய ரொம்பப் பிடிக்கும். குவாலியர்ல *M.P.Ed* படிச்சுட்டு வேலைக்கு வந்தாரு. இன்டர்நேஷனல் ஸ்போட்ஸ்லாம் அவர்தான் அறிமுகம் செஞ்சு வச்சாரு. நானும்

செல்வமும் அவரோட வீட்ல வேலை எல்லாம் செஞ்சு கொடுப்போம். பேராசிரியர் அன்பழகனின் வகுப்புத் தோழரா இருந்த குணசேகரன்தான் எங்க PET டைரக்டர். அவருக்கும் என்னைய ரொம்பப் பிடிக்கும். எந்த இடத்துல ஸ்போர்ட்ஸ் நடந்தாலும் பள்ளிக்கூடத்துல Team-ஐ நாங்க தான் கூட்டிட்டுப் போவோம். இப்படி எல்லாருமே என்கிட்ட அன்பா இருந்தாங்க. இப்படியே, ராத்திரி பூரா கதை சொல்லிக்கிட்டே போகலாம். அந்தப் பள்ளிக்கூடம் எனக்கு எல்லாத்தையும் கத்துக் கொடுத்துச்சு. கள்ளுக் குடிக்க, காதலிக்க, கலவி செய்ய, இப்படி எல்லாத்தையும்..

சீர்காழியில எங்க வீட்டுக்குப் பக்கத்துலயே எங்களோட பெரிய குடோன் இருந்தது. பக்கத்துலயே பஸ் ஸ்டாப். சதன் ரோடுவேஸ் பார்சல் சர்வீஸ் (Southern Roadways Parcel Service) ஏஜென்டா வீடு இருந்தது. அதுக்கான குடோனும் வீட்டுக்குப் பக்கத்துலயே இருந்தது. TVS கம்பெனின்னு சொன்னா எல்லாருக்கும் புரியும். வக்கீல் ஐயா வூடு அப்படிங்கிறது போயி கடைசி வூடுன்னு மாறி, அப்புறமா TVS வூடு அப்படிங்கிற பேரு வந்துருச்சு. இப்பவும் TVS நடராஜன் இல்லன்னா ரெங்கண்ணன்-னு சொன்னாத்தான் எங்க அப்பாவப் பல பேருக்குத் தெரியும். ஏன்னா, எங்க அப்பா வயசுல அவரோட நண்பரான இன்னொரு நடராஜனும் இருந்தாரு. அவரு கருப்பு சட்டை எப்பொழுதும் போடுறதால, அவரை தி.க நடராஜன்-னு கூப்பிடுவாங்க. திராவிடர் கழகம் மிக வலுவாய் எங்க ஊர்ல இருந்தது. அதுல அப்பாவும் இருந்தாங்க. வீட்டுக்கு எதுத்த மாதிரி தி.மு.க, தி.க கொடி பறக்கும். பக்கத்திலேயே" கடவுளை கற்பித்தவன் முட்டாள். கடவுள் இல்லை. கடவுள் இல்லவே இல்லை" என்று போர்டு வச்சிருப்பாங்க. ஆர்டிஸ்ட் மணிதான் அந்த போர்டை எழுதுவாரு. 'பெல் ஆர்டிஸ்ட் மணி'ன்னு சொன்னா எல்லாருக்கும் தெரியும். அவருடைய பையன் இளஞ்செழியனும் நானும் வகுப்புத் தோழர்கள். அவனாலதான் நான் கோயிலுக்குப் போறதயே விட்டேன். கோயிலுக்கு வேலை செய்ய போயிருக்கேனே தவிர சாமி கும்பிட போனதில்ல. மெஜஸ்டிக் மணி-ன்னு ஒரு ரேடியோ மெக்கானிக்

காகிதப்பூ 59

இருந்தாரு. அவர்தான் தென்னமர உயரத்துக்கு ஆண்ட்டனா வெச்சு எங்க டீவி தெரிய வெச்சாரு. ஊர்ல ஒரே பேருல ரெண்டு பேர் இருந்தா, இப்படி அடைமொழி வைக்கிறது வழக்கம்.

அப்பாவுக்கு சம்பத், மோகன் அப்படின்னு ஊர்ல நிறைய நண்பர்கள் இருந்தார்கள். பின்னாளில் சம்பத் தான் சீர்காழியோட சேர்மன் ஆனாரு. அவரு சேர்மன் ஆனதுக்கு அப்புறம், எங்க தாத்தாவோட ஃபோட்டோவ முனிசிபாலிட்டி ஆபீசுல கலைஞர் கையால திறந்து வச்சாரு.

TVS கம்பெனி நேர நிர்வாகத்திற்குப் பேர் போனது. முன்னாடி அலுவலகமும் பின்னாடி குடோனும் இருக்கும். பெரிய பெரிய பார்சலெல்லாம் மூட்டை மூட்டையா அடுக்கி வெச்சிருப்பாங்க. TVS லாரியில மூட்டையை இறக்கி வைக்குறதுக்கும் ஏத்துறதுக்கும் ஆளுங்க இருந்தாங்க. அதுல, துரைசாமி, முனியாண்டி, சம்பந்தம் இவங்களெல்லாரும் என் ஞாபகத்தில் இப்பவும் இருக்காங்க. வெளியிலயிருந்து பார்த்தா உள்ள என்ன நடக்குதுன்னு தெரியாது. ஆபீஸ் மூடுனதுக்கு அப்புறமா, இவங்களோட சீட்டுக் கச்சேரி ஆரம்பிக்கும். விடிய விடிய சீட்டாடுவாங்க. நானும் அங்க உக்காந்து சீட்டாடுறத வேடிக்கை பார்ப்பேன். எனக்கும் நல்லா சீட்டாடத் தெரியும். இப்படித்தான் சீட்டுக்கட்டு அறிமுகமாச்சு.

'ஸ்டார் தியேட்டர்' எங்க ஊர்ல தேர் தெற்கு வீதியும், தேர் மேலவீதியும் சேரக்கூடிய முனையில இருக்கு. தியேட்டர் தெற்குப் பாத்து இருக்கும். எங்க வீடு வடக்குப் பாத்த வீடு. வீட்டுல இருந்து மேற்குப் பக்கம் நடந்து போனா பத்து வீடு தாண்டி தியேட்டர். அக்கவுண்ட்டன்ட் சார் அங்க வேலை பார்த்தாரு. அவரு சினிமாக் கொட்டாயோட கணக்கு வழக்குப் பாத்ததால, அந்தப் பேருல கூப்பிடுவோம். அவருக்கு சிவாஜி-ன்னு ஒரு பையன் இருந்தான். தியேட்டருக்குப் பக்கத்துல தான் மூர்த்தி டெய்லர் கடை இருந்தது. டெய்லர் கடைக்கு எதுத்த மாதிரி எங்க தாத்தாவோட குருபூசை மடம் இருக்கு. ஸ்டார் தியேட்டருக்கு எதுத்தாப்புல இருந்த குருபூசை மடத்தோட சுவர்ல கோடு

போட்டு, கோலிக் குண்டு விளையாடுறவங்க கூட போய் சேர்ந்தேன். அது, வேற ஒரு உலகம்.

தியேட்டருக்கு எதுத்த மாதிரி கோலிக் குண்டு ஆடும் எனக்கு, தாஸ் சார் வீட்டுப் பக்கம் போனா, கால்பந்து விளையாடவும் தெரியும். கொஞ்சம் கொஞ்சமா ஃபுட்பால் பிளேயரா ஆனேன். நான் ஆறாங் கிளாஸ் படிக்கும் போது, PET வாத்தியார் சபாபதி திடீர்னு இறந்து போயிட்டாரு. வாரத்துல ரெண்டு PET பீரியடு உண்டு. கடைத்தெருப் பள்ளிக்கூடத்துல இருந்து வரிசையா நடந்து, ஊழியக்காரன் தோப்புல இருந்த எங்க ஸ்கூல் கிரவுண்டுக்குப் போவோம். ஆறு, ஏழு வாத்தியாருங்க இருப்பாங்க. எனக்கு ரொம்பப் பிடிக்கும். எங்க கிரவுண்டுல 400 மீட்டர் டிராக் இருந்தது. போன உடனேயே நாலு ரவுண்டு இல்லன்னா அஞ்சு ரவுண்டு ஓட விடுவாங்க. இதுக்குப் பயந்துகிட்டே பாதிப் பேரு PET பீரியட கட்டடிப்பானுவோ.

கஜேந்திரன், ரவிச்சந்திரன், அண்ணாதுரை இவங்கள்லாம் என்கூடப் படிச்ச விளையாட்டு வீரர்கள். நானும் அவங்க கூடவே சேந்து கிரவுண்டுக்குப் போவேன். கொஞ்சம் கொஞ்சமா விளையாட்டுப் போட்டி எங்க நடந்தாலும் அங்கெல்லாம் போக ஆரம்பிச்சேன். எங்க ஊர்ல ‘வீரப்பா பிள்ளை சுழற்கோப்பை’ அப்படின்னு ஒண்ணு உண்டு. அதை ஜெயிக்கிறதுக்குப் பள்ளிக்கூடங்களுக்கு நடுவுல பெரிய போட்டியே நடக்கும். தஞ்சாவூர்ல இருக்குற எல்லாப் பள்ளிக்கூடங்களும் கலந்துப்பாங்க. அந்தக் கோப்பைய ஜெயிச்சுட்டு வந்தா, ஊர்ல அந்தக் கோப்பைய வெச்சு பெரிய அளவுல ஊர்வலம் விடுவாங்க. அன்னிக்கு ஒருநாள் பள்ளிக்கூடத்துக்கு லீவு கூட விடுவாங்க. அப்படி, எங்க பள்ளிக்கூடம் நான் படிச்சப்போ ரெண்டு மூணு தடவை கோப்பைய ஜெயிச்சிருக்கு.

பொறையாறு, மேலையூர், நன்னிலம், மாயவரம் இங்கெல்லாம் நடக்குற போட்டிகளுக்கு நானும் கூடப் போவேன். ஒவ்வொரு ஊருக்கும் போயி ரெண்டு நாள் நடக்குற போட்டியில, கிரவுண்டுல

இருந்து வேடிக்கை பார்த்துட்டு வர்றது எனக்கு ரொம்ப சந்தோசமாக இருக்கும். எங்க ஊர்ல மாநில அளவிலான கால்பந்து போட்டிகள் நடத்துவாங்க. ஒரு மாசத்துக்கு மேல நடக்கும். அந்தப் போட்டிங்களை ஒருநாள் விடாமப் போய்ப் பாப்பேன். இப்படி, கொஞ்சம் கொஞ்சமா படிப்பு தவிர மத்த எல்லாத்துலயும் ஈடுபாடு இருந்தது. இது எல்லாத்துலயும் ரஜினி சங்கரும் என்கூடவே இருப்பான். ஆனாலும் அவனுக்கு சினிமா மட்டுந்தான் உலகம். ரஜினிதான் உசுரு. அப்படி என்னால இருக்க முடியல. காலையில ஒரு விஷயம் புடிச்சிருக்கும், மதியானம் அது மேல கேள்வி வரும், சாயங்காலம் அது விவாதமா மாறிடும். இப்படித்தான் போயிட்டு இருந்தது.

சினிமா, ஒரு பெரிய பொழுதுபோக்கா இருந்தப்பதான் பத்தாங் கிளாஸ்ல ஃபெயிலானேன். ரஜினி சங்கரும் என்கூட பத்தாவது ஃபெயில் ஆயிட்டான். அப்பதான், அப்பா புதுசா வீடு கட்டியிருந்தாங்க. எங்க தாத்தாவுடைய அப்பாவோட மாமனாரு குடுத்த 150 வருசம் பழைய வீட்ட இடிச்சிட்டு புதுசா ஒரு வீடு கட்டுனாங்க. தாத்தா, அப்பாவுக்குன்னு கட்டிக் குடுத்த வீட்ட, தாஸ் சார் வீட்டுக்குப் பக்கத்துல இருந்த அந்த பங்களாவ, தென்னந்தோப்ப, சித்தப்பா எடுத்துக்கிட்டதுனால, TVS ஆபீஸ் இருந்த குடோன பெரியப்பா எடுத்துக்கிட்டதுனால, அப்பாவுக்கு இந்த இடம் கெடச்சது. ஏற்கனவே, பழைய ஓட்டு வீடுங்குறதால எல்லாம் இடிஞ்சி விழுந்திருச்சு. வேற வழியில்லாம பழைய வீட்ட இடிச்சு புதுசா வீடு கட்ட வேண்டியதாப் போச்சு. ஒண்ணா இருந்த குடும்பம் மூணு, நாலு, அஞ்சாப் பிரிஞ்சப்போ, எங்க அம்மா உடம்பு முடியாமப் படுத்துட்டாங்க. நானும் படிக்கல. அதனால, பத்தாவது பாஸ் பண்றதுக்காக டுட்டோரியல் காலேஜுல சேர்ந்தேன். காமராஜ் வாத்தியாரு ரொம்ப கஷ்டப்பட்டு என்னைய பாஸ் பண்ண வச்சாரு. பத்தாவது முடிக்கறதுக்குள்ள போதும் போதும்னு ஆயிடுச்சு, எனக்கு. ரஜினி சங்கர் படிப்பை விட்டுட்டு தொழிலுக்குப் போயிட்டான். கூடவே ரஜினி மன்றம், சூப்பர் ஸ்டார் பிளவர் செட்டிங்ஸ்-ங்குற காகிதப்பூ அலங்காரம் செய்யுற கம்பெனிய ஆரம்பிச்சான்.

வீடு கட்டுறதுக்காக அப்பா கடையை மூடிட்டாங்க. கடையில கடன் வாங்கியிருந்தவங்க யாருமே கடனைத் திருப்பிக்கொடுக்கல. கொஞ்சம் கொஞ்சமா எங்களுக்குச் சொந்தமா இருந்த நெலங்கள ஒவ்வொரு கிராமமா அப்பா வித்து செலவு பண்ண ஆரம்பிச்சாங்க. எனக்கும் வீட்டு மேல பெரிய ஆர்வம் இல்லாமப் போச்சு. ஆறாவது படிக்கிறப்ப இருந்தே சின்னச் சின்ன வேலைகளை செஞ்சிகிட்டு இருந்தேன். எப்படியோ 11-வதுல சேந்துட்டேன். அதைப் பத்திச் சொல்றதுக்கு நெறைய இருக்கு. அதுக்கு முன்னாடி, ஒரு விஷயம் சொல்லணும். அது என்னன்னா, கோயில் கட்டுறது, சுதை வேலை செய்யுறது, படம் வரையறதுன்னு வாழ்க்கை தொடர்ச்சியா ஓடிக்கிட்டே இருந்தது.

வீட்டுல, வேலையாளுங்க, வீட்டு ஆளுங்கன்னு எல்லாரையும் சேத்து, ஒரு நாளைக்கு அம்பது பேராவது வீட்டுல மூணு வேளையும் சாப்பிட்டுக்கிட்டு இருப்பாங்க. அவ்வளவு பெரிய குடும்பத்துல நான் மட்டும் படிக்காம ஊர் சுத்த ஆரம்பிச்சதுக்கு எது காரணம்னு, இன்னைக்கு வரைக்கும் எனக்குத் தெரியல.

கடைக்காடு மா.சூரியமூர்த்தி-ன்னு ஒரு முக்கியமான ஓவியர். அவர் மெட்ராஸ் ஸ்கூல் ஆஃப் ஃபைன் ஆர்ட்ஸ்ல பணிக்கர் பீரியட்ல படிச்சுட்டு தேசிய விருது வாங்கினவர். பிரின்சிபல் பணிக்கர், இவர் மாணவர். ரெண்டு பேரும் ஒரே நாள்ல தேசிய விருது வாங்கறாங்க. பூம்புகாருக்குப் பக்கத்துல இருக்கற கடைக்காடு கிராமம்தான் அவர் ஊர். புஞ்சை ந. முத்துசாமியோட ஊர், சாயாவனம் கந்தசாமியோட ஊர். பூம்புகார், காவிரிப்பூம்பட்டினம் கிருஷ்ணமூர்த்தியோட ஊர், இது மூணுக்கும் நடு மையமா இருக்கிற ஊர்தான் கடைக்காடு. அதுவும் கடற்கரை கிராமம்தான்.

ஓவியர் சூரியமூர்த்தியோட அப்பாவும் பெரும் பணக்காரர். ஏகப்பட்ட சொத்து அவங்களுக்கு. பெரிய மாளிகை, நிறைய நிலபுலன்கள் உள்ள குடும்பம். அவர் பஸ் ஏறி பயணம் போகும்போது எங்களோட குடோன்லதான் அவரோட லக்கேஜைப்

போட்டுட்டுப் போவார். அவர் பீடி பிடிப்பார், அப்பா சார்மினார் சிகரெட் பிடிப்பாங்க. அப்பாவைச் சூரியமூர்த்திக்கு நல்லாத் தெரியும். சூரியமூர்த்தி பெரிய மீசை வெச்சு ஆஜானுபாகுவா இருப்பார். அப்பாவும் அப்படித்தான் கம்பீரமா இருப்பார். ஆறரை அடி உயரம், கனமான சரீரம். ரெண்டு பேரும் நல்லாப் பேசிட்டிருப்பாங்க.

அப்ப நான் சின்னப் பையன். சும்மா படங்கள் வரையறேன்னு கிறுக்கிட்டிருப்பேன். சூரியமூர்த்தியைப் பாக்கறதுக்குக் கொஞ்சம் பயமா இருக்கும். தோற்றத்துல கரடுமுரடான ஆளா இருப்பாரு. ஆனா, அவரோட கையத்தான் இறுக்கமா பிடிச்சுகிட்டேன்னு சொல்லணும். லெச்சுவுக்கு அப்புறம் ஓவியம் சார்ந்த பயணம் அங்கதான் தொடங்குச்சு. சூரியமூர்த்தி ஓவியரா அறியப்பட்டாலும், ஊர்ல அவங்களுங்குப் பேரு வர்ணக்காரர்கள். அதுக்குக் காரணம் அவங்க சுதைச் சிற்பங்கள் பண்றதை காலம் காலமா பண்ணிட்டு வந்த குடும்பம். சுதைச் சிற்பங்களுக்கு வர்ணம் பூசறது அவங்களோட வேலையா இருந்தது. இன்னைக்கும் வண்ணக்காரர்கள் குடும்பங்கள் நிறைய இருக்கு. வண்ணக்காரர்கள் அப்படிங்கறதே சுதை, வண்ணம் தீட்டுவது எல்லாம் சேர்ந்ததுதான். திருவாரூரில் நடேசபிள்ளை, வீரையாப்பிள்ளை ரெண்டு பேரும் பிரபலமானவர்கள். வண்ணக்காரர் குடும்பத்தைச் சேர்ந்தவர்கள். காளி ராஜாங்கம், காழி சுந்தர், மாதவன், ஏகாம்பர ஸ்தபதியார் போன்றவர்களும் வண்ணக்காரர்கள். வி. கே. எஸ். சிவம், ராஜாங்கம் பிள்ளை ஆகியோர் தஞ்சை மாவட்டத்தில் மட்டுமில்லாமல் உலகம் முழுவதும் கோவில் ஓவியங்களில் கொடிகட்டிப் பறந்தார்கள்.

குண்டோதரன் பலாப்பழத்தைத் தன்னோட ரெண்டு கைகளால பிளக்கும் சுதை பொம்மை, பிள்ளையார் பொம்மைக்குப் பக்கத்துல அமைக்கப்பட்டிருக்கும். கோடி பூதம், துவாரபாலகர், கல்யாண கோஷ்டி, வாத்திய கோஷ்டி, கைலாய தரிசனம், நந்தி, மாடு, மயில், மூஞ்சூறு, யானை, கோபுரம் தாங்கி, சிங்கம், புலின்னு துணை பொம்மைங்கள முதன்மையான

பொம்மைகளுக்குப் பக்கத்துல அமைக்கிறது வழக்கம். கடவுள் வழிபாட்டுச் சிலைகளை சுதை பொம்மைகளாகச் செய்யும்பொழுது, துணைக்கு இவற்றையும் செய்து வைக்கும் வழக்கம் நம்மிடம் இருக்கிறது. அப்படித்தான் இந்த கதைச் சொல்லும் யுக்தி பிறந்தது.

சிவபெருமானின் கைலாயக் காட்சியில் நந்தி, காளை மாடாகப் பின் நிற்பதைப் பார்த்திருப்போம். திருமால் கல்யாணக் கோலத்தில் வாத்திய கோஷ்டியுடன் இருப்பதைப் பார்த்திருப்போம். சிறுதெய்வ வழிபாட்டில் மகிஷாசுர மர்த்தினி பொம்மையில் எருமைத் தலையைப் பார்த்திருப்போம். பிள்ளையார் பொம்மைகளுக்கு அருகில் குண்டோதரன் வாழைத்தாருடன் ஒரு பக்கமும், பலாப்பழத்துடன் இன்னொரு பக்கமும் நிற்பதையும், தலையில் சீர் வரிசைத் தட்டு தாங்கிய பெண்கள் ஒய்யாரமாய் நடந்து வருவதையும் நாம் பார்த்திருக்கிறோம்.

இப்படி கோவில்களின் மதில்களின் மேல், கோபுரங்களில், அர்த்தமண்டபம், மகா மண்டபம் போன்ற இடங்களை அலங்கரிக்க சுதை பொம்மை செய்து வண்ணம் தீட்டி தங்க ரேக் ஒட்டி கதைகளைச் சொல்லும் காட்சிகளைப் பொம்மைகளாக வைத்திருப்பார்கள். புராண இதிகாசக் கதைகளில் வரும் காட்சிகளைத் தேர்ந்தெடுத்துப் பொம்மைகளாகச் செய்து வைப்பது வழக்கம்.

அப்படித்தான் 'சொக்கலிங்கம் வண்ணக்காரர்' ஒன்றுபட்ட தஞ்சாவூர் ஜில்லாவில் புகழ் பெற்றவர். அவருடைய இரண்டு மகன்களில் ஒருவர் சின்னச்சாமி மற்றொருவர் சுந்தர். இருவருமே சுதை பொம்மைகள் செய்வதில், வண்ணம் தீட்டுவதில் புகழ் பெற்றவர்கள். இன்றும் தர்மபுரம் ஆதீனம், திருவாவடுதுறை ஆதீனம், திருப்பனந்தாள் மடம் நிர்வகிக்கும் கோவில்களில் உடைக்கப்படாமல் கிடைக்கும் பல சுதை பொம்மைகள் இவர்களால் செய்யப்பட்டவைதான்.

காழி சுந்தர்னு சொன்னாத் தெரியும். காலண்டர் ஆர்ட்டிஸ்ட்டா இருந்தார். இடது கையால வரையக்கூடிய ஓர் ஓவியர்.

சுவர்களிலெல்லாம் படம் வரைஞ்சிருக்கார். ராமேஸ்வரம் உட்பட நிறைய ஊர்கள்ள அவர் படங்கள் வரைந்திருக்கிறார். திருவிளையாட்டம் பக்கத்துல எங்க பாட்டி ஊரு குரும்பக்குடி. அந்த ஊர்ல கோயில் கட்டறாங்க, அப்போ அவர் அதுக்குப் படம் வரையறாரு. வரைஞ்சுகிட்டிருக்கிற அவரை அப்படியே பார்க்கிறேன். பிரமிப்பா இருக்கு. இடது கையாலயே அவ்வளவு படங்களை வரைஞ்சிட்டிருக்காரு. சும்மா ஒரு துளி எடுத்து கொட்டாங்குச்சியில வண்ணத்தைக் கரச்சு வச்சு வரைஞ்சிட்டிருந்தாரு. வாஷ் பண்றாரு. பாக்கறப்பவே ஒரு மேஜிக்காட்டம் இருந்துச்சு. இதுக்கு முன்னால் எழுத்துக் கூட்டியே வாசிச்சிக்கிட்டிருந்த எனக்கு விஷுவலான ஓப்பனிங் கிடைத்தது. இதெல்லாமே ஒரே நேரத்துல நடக்குது. சின்ன வயசிலிருந்தே எனக்கு ஓவியம், புத்தக வாசிப்புக்கான தொடர்புகள் அங்கங்கே கிடைத்துக் கொண்டிருந்தது.

இன்னொரு விஷயம் என்னன்னா, காழி சுந்தர் வீடு என் வீட்டுக்குப் பின்னாலேயே இருந்தது. அங்க போயி, சும்மா பேசிட்டிருப்போம். அவர் ரொம்ப சீக்கிரமே இறந்துட்டாரு. நான் சந்திச்சு ரெண்டு வருஷத்துக்குள்ள இறந்துட்டாரு. அவருடைய தம்பி பையன் எம்.சி.எஸ்.சேகர். எனக்கும் சேகருக்கும் கிட்டத்தட்ட ஒரே வயசுதான். குடும்ப முறைப்படி அந்தத் தொழிலை அவரும் பண்ண ஆரம்பிக்கிறாரு, ரஜனி சங்கர் கொட்டா கட்டுற தொழிலுக்குப் போனது மாதிரி. எல்லாக் கோயில்லயும் ஒரு முறை வெச்சிருப்பாங்க. அதுபடி, வெற்றிலை பாக்கு, பழம் வெச்சு, கோயிலுக்கு பாலாயணம் பண்ணுவாங்க. அந்த முறைபடி வண்ணக்காரரைக் கூப்பிடுவாங்க. சேகர் எனக்கு நெருக்கமான நண்பர். அப்பப்ப நான் அவர் வீட்டுக்குப் போறது, படம் வரையறதைப் பாக்கறதுன்னு போயிட்டிருந்தது. அப்பதான் கலைஞருக்கு அறுபது வயசு கொண்டாட்டம் வந்துச்சு. நாங்கள்லாம் சேர்ந்து ‘கலைஞர் அறுபது’-ன்னு பேனர் வெச்சோம். ரஜினி சங்கர்தான் பேனரை கட்டுனான். சேகர்தான் பேனரை வரைஞ்சது.

ஸ்கூலைப் பொறுத்தவரைக்கும் அங்கயும் ஓவிய வகுப்பு, ஓவியம் வரையறதுன்னு இருந்தது. ராகவன் ஐயங்கார்னு ஒருத்தர். வசதியான குடும்பத்தைச் சேர்ந்தவர். பெரிய நிலக்கிழார். அவருக்கு அஞ்சு பசங்க., லக்ஷ்மணன், பரதன் அப்படின்னு வரிசையா பேர் வெச்சிருப்பாங்க. அதுல லக்ஷ்மணன்கிற பையன், டிவிஎஸ் பிஃப்ட்டி வந்த புதுசுல, அதுல போகும்போது கடைத்தெருவுல ஒரு விபத்துல இறந்துடறான். நாங்க ரெண்டு பேரும் ஒரே ஸ்கூல்லதான் படிக்கறோம். என்னைவிட அவன் ரெண்டு வருஷம் சீனியர். அவனோட தம்பி பரதன். என் கூட படிக்கிறான். அவங்க அஞ்சு பசங்கன்றாதல அடுத்தடுத்த கிளாஸ்ல பசங்க இருப்பாங்க.

அப்போ நான் ஒரு சின்ன நோட் புக் வெச்சிருப்பேன். அதுல எதாவது ஸ்கெட்ச் பண்ணிட்டேயிருப்பேன். அந்த லெட்சுமணனும் ஒரு நோட் புக் வெச்சிருந்தான். அதுல படம் வரைஞ்சிட்டேயிருப்பான். என்னோட நோட் புக்கை வாங்கி அவன்தான் திருத்திக் கொடுப்பான். அவனோட நோட்டை என்கிட்ட கொடுத்து அதைப் பாத்து வரைஞ்சி பாருடான்னு சொல்லுவான். அவன் செத்துப்போன போது அவனோட நோட் என்கிட்ட இருந்தது. இப்பவும் அந்த நோட் புக்கை வெச்சிருக்கேன். இது நான் ஆறாவது படிக்கும்போது நடந்தது.

அப்போ, பூலான்தேவியோட கதை, ராணியில படக்கதையா வருது. நாங்கல்லாம் திருட்டுத்தனமா அதைப் படிப்போம். ஏன்னா அது இம்மாரலா இருக்கும்னு பெரியவங்க படிக்க விடமாட்டாங்க. அப்படிப் படிக்கறப்ப ஒருமுறை கிளாஸ்ல மாட்டிகிட்டோம். இது நடந்து கொஞ்ச நாள்லதான் லக்ஷ்மணன் இறந்துடறான். அந்த நோட் புக் என்கிட்ட இருந்தது. இதுதான் எனக்கான பெரிய மாற்றம். ஆர்ட், விஷூவல் அது தொடர்பான விஷயங்கள்ள எனக்கிருந்த சிறு வயது அனுபவம். அதுக்கப்பறம் எனக்குச் சரியான வழிகாட்டல் இல்ல. ஸ்கூல்ல வரையறதச் சொல்லித்தர்ற அளவுக்கு சீனியர்களும் யாரும் இல்ல.

அதுக்கப்பறம்தான் சூரியமூர்த்தி, காழி சுந்தர்னு தெரிய வர்றாங்க. எல்லாரும் பெரிய ஆளுங்க. இவங்ககிட்ட ஒண்ணுமே கேக்க முடியாது. அவங்க என்ன செய்யறாங்கன்னு வேடிக்கை பாக்கலாம். அவ்வளவுதான். லக்ஷ்மணன் இறந்த அதிர்ச்சியிலயிருந்தும் கொஞ்சநாள் மீள முடியலை. அப்போ ஹிந்தி டியூஷன் போவன், மாடு மேய்ப்பன், இப்படி எதாவது பண்ணிட்டிருப்பன். ஆனாலும் படமும் வரைஞ்சிட்டிருந்தன். அப்புறம் கோயில் படங்கள் வரையறவங்க கூட போறது, அவங்க வரையறதைப் பாக்கறதுன்னு கொஞ்ச நாள் போச்சு. கூடவே சூரியமூர்த்தியும் இருக்கறார்.

இதுதான் ஆரம்ப காலம். சரியாச் சொல்லணும்னா, *1980* நாடாளுமன்றத் தேர்தல்ல 'நேருவின் மகளே வருக'ன்னு திமுக கூட்டணியமைக்கிறதுக்கு முன்பான காலம். ஏன் இதைக் குறிப்பிட்டுச் சொல்றேன்னா, தேர்தலுக்காக 'பசுவும் கன்றும்' சின்னத்தை சுந்தர் படம் வரையறாரு. நான் அவர் கூட இருக்கேன். அடுத்த தேர்தலின்போது அவர் இறந்துடறாரு. அது என்னோட ஞாபகத்துல பதிவாகியிருக்கு. கன்றும் சின்னம் வெறும் நீலக்கலர்ல வரையறார். தண்ணியில நனைச்சுட்டா லைட் ஷேடு, நனைக்கலன்னா டார்க் ஷேடு. வரையறது, வண்ணத்தோட வாசனைன்னு அது ஒரு மெஸ்மரைசிங்கா இருக்கும். அவர் ஸ்கெட்செல்லாம் போட மாட்டார். அப்படியே பிரஷ்சை எடுத்து கடகடன்னு வரைஞ்சிடுவார். ஒரு மாடு தன்னோட கன்னுக்குட்டியைப் பாசத்தோட நக்கிக்கொடுக்கிற மாதிரியான படம் அது. பாக்கறப்பவே அவ்ளோ பிரமிப்பா இருக்கும்.

அதுக்கப்பறம் வரையறது, படிக்கறது, படிக்கறதுன்னா ஸ்கூல் புக் இல்லாம கதைப் புத்தகம் படிக்கறது இப்படியே தொடர்ந்தது. அப்பதான் ஒரு பெரிய சைஸ் புத்தகம் ஒண்ணு.அது கண்ணனா வேற எதுனா பத்திரிகையான்னு தெரியலை, ஆனா அதுதான்னு நான் நினைச்சிட்டிருக்கேன். சரியாத் தெரியலை. 'திருடன் சங்கிலியை அறுத்துக்கொண்டு ஓடினான்' அப்படின்னு இருந்தா,' 'திருடன்'ங்கறது தமிழ் வார்த்தையா இருக்கும். 'சங்கிலி' அறுக்கறதுக்குன்னு ஒரு படம் போட்டிருப்பாங்க. அந்தக்

கதையைப் படிக்கறேன். அப்புறம் மொழியையும் காட்சியையும் ஒண்ணா சேக்கறதுன்றது எனக்கு நல்லாப் பதிவாச்சு.

அப்புறம் அதே மாதிரி மொழி, காட்சி சேர்ந்தாப்போல குட்டிகுட்டியா படங்கள், வாக்கியங்கள்னு தொடர்ந்து உருவாக்கிட்டேயிருந்தேன். NP பபிள்கம்ல வர்ற ஸ்டிக்கர்ஸை பார்த்து படம் வரைவேன். பூந்தளிர், அம்புலிமாமா, ரத்னபாலா இதெல்லாம் படிப்பேன். அதுல வர்ற காமிக்ஸைப் பார்த்து படம் வரைவேன். இதுகூடவே பாலஜோதிடமும் படிப்பேன். எண்கள்னு ஒரு பத்திரிகை, முத்தாரம், கல்கண்டு எல்லாம் படிப்பேன். அப்போ எல்லாம் ஒரு கலக்டிவான ஆளாவும் இருந்தேன். படம் வரையறதுதான் ஒரே ஒரு நோக்கமான விஷயமாக இருந்தது. அதுகூடவே சேர்ந்து மத்த எல்லாத்தையும் பண்ணிட்டிருந்தேன்.

தினமும் ஒரு பத்து பேப்பர் வரை வீட்டுக்கு வரும். முஸ்லிம் முரசுலயிருந்து, எல்லாமே வரும். எல்லாத்தையும் படிப்பேன். வேற வேலை ஒண்ணும் கிடையாது. பள்ளிக்கூடம் போறதுலாம் பெரிய வேலையே கிடையாது. பள்ளிக்கூடம் போவலன்னாலும் யாரும் எதுவும் கேக்கப் போறதில்ல. டியூஷன்னு சேர்த்துவிடுவாங்க. அந்த வாத்தியார்தான் மிரட்டி, அடிச்சு எதையாவது கத்துக் கொடுப்பாரு. ஆனா அதுக்கெல்லாம் பெரிய பயம் இல்ல. நல்லா ஊர் சுத்திருட்டிருப்பேன்.

இப்படியான நேரத்துல சூரியமூர்த்தி மூலமா, லலித்கலா கான்டெம்ப்ரரி புத்தகமெல்லாம் அறிமுகமானது. அவர் டெல்லி போயிட்டு வரும்போது நிறைய ஓவியம் தொடர்பான புத்தகங்கள் கொண்டு வருவார். அது ஆங்கிலத்துல இருக்கும். சத்தியமா ஒரு வார்த்தை கூட அதுல அப்போ படிக்கத் தெரியாது. கான்வென்ட் ஸ்டூடன்ட்தான். ஆனா ஒண்ணுமே புரியாது. எதையோ படிச்சு, படங்களைப் பார்த்து பிம்பம் வெச்சு வரைய ஆரம்பிச்சுட்டேன். சூரியமூர்த்தி “என்னடா, என்ன படிச்ச நீ”ன்னு கேள்வி கேப்பார், மிரட்டுவார். அதுக்காகவே ஒரு இங்கிலிஷ் டீச்சர்கிட்ட போய்க் கேட்டு அதுல என்ன இருக்குன்னு கேட்டுத் தெரிஞ்சு

வெச்சுக்குவேன். அப்புறம் கொஞ்சம் கொஞ்சமா டெம்பிள் பெயிண்டிங் கத்துகிட்டேன். நானே ஸ்கெட்ச் பண்ணுவேன், வாஷ் பண்ணுவேன். இதெல்லாம் நடக்கும்போதுதான் முழுக்க முழுக்க கான்டெம்ப்ரரியை பத்தி எனக்கு ஒரு அபிப்ராயம் வருது. விஷூவல் ஆர்ட்லதான் முதல் முதல்ல வருது. விஷூவல் ஆர்ட் டாக்குமெண்டரி பார்க்கற வாய்ப்பு எனக்கு கிடைச்சது. அடிக்கடி மெட்ராஸ் வருவேன். ராதாகிருஷ்ணன் ரோட்ல மாமா வீடு இருந்தது. இப்பவும் அங்கதான் இருக்காங்க.

ஊருல, முஸ்லிம்கள், பரதவர்கள் வெளிநாட்டுக்கு வேலைக்குப் போயிருப்பாங்க. ஊருக்குத் திரும்பி வரும்போது அவங்க சென்ட் பாட்டில், ஆடியோ கேசட், விஎச்எஸ் மாதிரியான வெளிநாட்டுப் பொருள்கள் கொண்டு வருவாங்க. *1980*-களில் நிறைய போராட்டங்கள் பண்ணியிருக்கோம். அதுல மிகப்பெரிய போராட்டம் ஈழப்போராட்டம், ஜெயவர்த்தனேவுக்கு பாடை கட்டி செருப்பால அடிக்கற போராட்டம், இப்படி மாணவர் இயக்கம் வலிமையா இருந்த காலம் அது. கூடங்குளம் அணு உலை எதிர்ப்புப் போராட்டம் கூட பண்ணியிருக்கோம். *1983*-லயே கூடங்குளம் போராட்டம் இருந்துச்சு. ஊர்வலம்லாம் போயிருக்கோம். பொதுமக்களிடமிருந்து காசு, துணிமணிகள் வசூல் பண்ணிக் கொடுக்கறதெல்லாம் பண்ணுவோம். எல்லாம் திமுக அமைப்பு சார்பா பண்ணிய வேலைகள்தான். அப்பா திமுக அப்படிங்கறதால முழுக்க முழுக்க திமுக நடத்திய போராட்டங்கள், பணிகள்லதான் பங்கேற்றோம்.

அப்போ மதுரையில டெசோ மாநாடு நடந்தது. நான் போயிருந்தேன். மாணவர்களோடு சேர்ந்து நானே ஒரு பஸ் ஏற்பாடு பண்ணி போனோம். மழை பெய்யுது தமுக்கம் மைதானத்துல. ஒருத்தர் கூட அசையலை. அப்படிலாம் ஒரு போராட்ட ஆதரவு காலம் இருந்தது. இது எதுக்குச் சொல்ல வந்தேன்னா, விஎச்எஸ் வந்த சமயத்துல, எங்க ஊரு, திருமுல்லைவாசல் இந்த மாதிரியான ஊர்கள்ல முஸ்லிம்கள் ஃபாரின் போய் சம்பாதிச்சுட்டு வர்றது, வாராவாரம் ஒருத்தர்

வெளிநாட்டுலயிருந்து லீவுக்கு வர்றதுன்னு நடக்கும். வெளிநாட்டுலயிருந்து நிறைய பொருள் கொண்டு வருவாங்க. சென்ட் பாட்டில், 60, 90 கேசட், மஸ்லின் துணி, பவுடர், டிவி, நெயில் கட்டர், வாக்கர் செருப்பு, தைலம், விஎச்எஸ் கேசட்னு வரும். அதையெல்லாம் வித்துப் பணமாக்குவாங்க. இதை ‘பெட்டி உடைக்கறது’ன்னு சொல்வாங்க. இந்த மாதிரி பொருட்கள் வரும்போது புது கேசட்டுகளோட பதிவான கேசட்டுகளும் சிலது வரும். பதிவான கேசட்ல பெரும்பாலும் செக்ஸ் படங்கள் இருக்கும். அப்புறம் ஈழப்போராட்டங்கள் பத்தின செய்தி, படங்கள் உள்ள கேசட் வரும். இது இங்க கிடைக்காது, பார்க்கவும் முடியாது.

இதுமாதிரி வந்த கேசட்டுல ஒருமுறை பிக்காசோ பத்தின கேசட் வந்தது. அவரைப் பத்தின டாக்குமெண்டரி அது. அப்படி கிடைக்கறது தெரிஞ்சதும் நாங்க யாரைப்பத்தியெல்லாம் கேசட் வேணுமோ அதை வாங்கிட்டு வரச் சொல்ல ஆரம்பிச்சோம். அவங்களுக்கு அதெல்லாம் யார்னே தெரியாது. சூரியமூர்த்தி மூலமா தெரிஞ்சுக்கற உலக ஓவியர்கள் பேரையெல்லாம் எழுதிக் கொடுத்து அனுப்பிவிடுவோம். ஐரோப்பாவுலயிருந்து வளைகுடா நாடுகளுக்கு வந்து அங்கிருந்து எங்களுக்கு இவங்க மூலமா வந்து சேரும்.

வீட்டுல கலர் டிவி இருந்தது. அதுல அந்த கேசட்டெல்லாம் போட்டு பாப்போம். ரூபவாகினி வர்றதுக்கு முன்னயே வீட்டுல டிவி இருந்தது. அப்போ எல்லாம் டிவி ஆண்டனா தென்னை மரம் உயரத்துக்கு போடணும். கவாஸ்கருக்கு ஈடன் கார்டன்ல செருப்பு மாலை போட்டதையெல்லாம் நான் அந்த டிவியில பார்த்திருக்கேன். 60 ஓவர் கிரிக்கெட்டுலாம் பார்த்திருக்கேன். இப்படி, டிவியிலதான் டாக்குமெண்டரிகள் பார்க்க ஆரம்பிக்கறோம்.

ஜாக்சன் போலாக்னு நினைக்கறேன், அமெரிக்க அப்ஸ்ட்ராக்ட் ஓவியரோட டாக்குமெண்டரி பார்த்தோம். இப்படி நிறையப் படங்கள் பார்த்தோம். எங்களுக்கு சீனியரா நிறைய அண்ணன்கள் இருந்தாங்க. எங்க பெரியப்பா பசங்களுக்கு டி.ராஜேந்தர்

கிளாஸ்மேட். ராஜேந்தருக்கு சாப்பாடுல இருந்து எல்லாம் வாங்கித் தருவாங்க, அவரு கூடவே சேந்து பாட்டுப் பாடுவாங்க. ராஜேந்தர்லாம் எங்க ஊருக்கு வந்திருக்காங்க. அவரோட லவ்வர் எங்க ஊர்தான். அவரப் போலப் பேச்சாளர்ங்க நெறையப் பேர் எங்க வீட்டுக்கு வராமப் போனதே கிடையாது. நன்னிலம் நடராசன்லயிருந்து, சிதம்பரம் ஜெயவேல் இப்படிப் பலபேர். ராஜேந்தர் மாதிரி சினிமா ஆர்வம் உள்ள பலரும் எங்க வீட்டுக்கு வருவாங்க.

இவங்க எல்லாரும் சேர்ந்து கஞ்சா குடிச்சிட்டே தீவிரமாப் பேசிட்டு இருப்பாங்க. சீர்காழியில வீட்டுக்கு எதுத்தா மாதிரி இருந்த காந்தி பூங்காவுல ஒரு கொட்டா இருக்கும். அங்க உக்கார்ந்து பேசுவாங்க. அவங்க பேச்சு புரிஞ்சும் புரியாதுமா இருக்கும். நாங்க கேட்டுகிட்டு இருப்போம். அது எந்த நோக்கமும் இல்லாத பேச்சாக் கூட இருக்கும். ஒரு சந்தோஷமான திருப்தியான விஷயமா அந்தப் பேச்சு இருந்தது. எதை நோக்கிய குறிக்கோள் உள்ள விஷயமாவும் அந்தப் பேச்சு, செயல்கள் இல்லை. கேமரா இருக்கும். அதை வெச்சு போட்டோ எடுத்துட்டு இருப்போம். டிவியில படம் பார்ப்போம். யாராவது சிகரெட் பிடிப்பாங்க. நமக்குத் தோணினா நாமளும் சிகரெட் பிடிக்கலாம். யாராவது பேசிட்டிருப்பாங்க, நாம வேணும்னா கலந்துக்கலாம், இல்ல, வேடிக்கை பாக்கலாம்; தூங்கலாம், என்ன வேணும்னாலும் செய்யலாம். இன்னதுதான் பண்ணனும், இன்னது பண்ணக் கூடாதுன்னு எந்தக் கட்டாயமும் இருக்காது. தானா மோட்டிவேட் ஆகி எவனாவது எதாவது பண்ணாதான் உண்டு. யாரும் எங்களப் படி, வேலைக்குப் போன்னு சொன்னதில்ல.

படிப்பு சார்ந்து இல்லாம பொதுவா வாசிக்கறதும், படம் வரையறதும் ரொம்பப் பிடிக்கும். படம் வரையறவங்களாப் போய்த் தேடித் தேடிப் பாக்கறது ரொம்பவே பிடிக்கும். அப்படிப் பாக்கணும்னு தஞ்சாவூர், கும்பகோணம், நாகப்பட்டினம், சிதம்பரம்னு ஊர் ஊராப் போவேன். யாரெல்லாம் படம் வரையறாங்களோ அவங்களையெல்லாம் போய்ப் பாப்பேன்.

அவங்களோட பேசிட்டு இருப்பேன். அவங்க படம் வரையறதைப் பாத்துட்டு உட்காந்திருப்பேன்., அவங்களுக்குப் படம் வரையறப்ப கூடமாட ஏதாச்சும் உதவி செஞ்சுட்டு இருப்பேன். இப்படியே ஊர் சுத்த ஆரம்பிச்சு, ஒரு பயணியா மாறிட்டேன். வாசிக்கறது, படம் வரையறது, பயணம் பண்றது இதுக்குள்ளதான் என் வாழ்க்கைனு ஒரு வடிவத்துக்குள்ள வந்துட்டேன்.

அப்பல்லாம் ஓவியக் கல்லூரியில சேர்றதுக்கு பத்தாவது படிச்சா போதும். செத்த காலேஜ், உயிர் காலேஜ்ன்னு சொல்றது போல இத பொம்மைக் காலேஜ்னு சொல்வாங்க. முதல்ல எல்லாம் எட்டாவது படிச்சாலே பொம்மைக் காலேஜூக்குப் போதும்-னு இருந்தது. அப்புறம்தான் பத்தாவதா ஆச்சு. ஓவியக் கல்லூரிக்கு முயற்சி பண்ணப்ப கும்பகோணத்துலயும் கிடைச்சுது, மெட்ராசுலயும் கிடைச்சுது." நம்ம சந்துரு இருக்காண்டா., மெட்ராசுலயே சேர்ந்துடு"ன்னு அப்பா சொன்னாரு. சந்துரு, அப்பாவுக்குப் ஃபிரண்டு. அதனால பன்னிரெண்டாவது படிச்சுட்டு மெட்ராசுக்கு வந்து சேர்ந்தேன்.

சிறுவயதில் இருந்து பலமுறை மெட்ராசுக்கு வந்து போய் இருந்தாலும் மெட்ராஸோடவே வந்துட்ட நாட்களை நினைத்துப் பார்க்கிறேன். 1989-90 ஆக இருக்கலாம். உ.கா.பாலுவும் நானும், இரவு வீட்டிற்கு எதிரில் இருந்த டீக்கடையில் பேசிக்கொண்டிருந்தோம்.

"மெட்ராஸ் போலாமா டா?" என்று கேட்டான்.

"போவோம்" என்றேன்.

தினத்தந்தி பேப்பரில் சுருட்டப்பட்ட ஒரு சட்டையுடன் கிளம்பிவிட்டோம்.

அப்போது மெட்ராசுக்குப் பதினெட்டு ரூபாய்தான் டிக்கெட்ன்னு நினைக்கிறேன். வீட்டு வாசலில் பஸ் ஏறினோம். திருவள்ளுவர் பேருந்து நிலையத்தில் இறங்கி விடியற்காலையில் அங்கிருந்த திருகு பைப்பில் குளிச்சுட்டுத் திருவல்லிக்கேணிக்குப் பயணப்பட்டோம். 47, நல்லதம்பி தெரு, திருவல்லிக்கேணி. இதுதான் எங்களுடைய

ஆரம்ப கால முகவரி. 'நதியைத் தேடி வந்த கடல்' படத்தில், இந்த முகவரியை கதாநாயகன் சிகரெட் அட்டையில் எழுதிக் காட்டுவான். அதே அறைதான், ஆறுக்கு நாலு அளவு. மாயவரத்தில் இருந்து மெட்ராஸில் மேன்சன் வைத்திருந்த சம்சுதீன் குடும்பத்தாருக்குச் சொந்தமானது. மணிவண்ணன், அதன் மேலாளர். வெங்கடேசன்தான் அந்த அறைக்குச் சொந்தக்காரன். உள்ளே ஒருவர் நின்றுகொண்டால் மற்றவர்கள் வெளியில்தான் நிற்கவேண்டும். சாயங்காலம் கண்ணகி சிலை அருகில் போய் அமர்ந்து விடுவோம். இரவு சீரணி அரங்கில் தூக்கம். திரும்பவும் விடியற்காலை அறைக்கு வருவோம். இப்படித்தான் மெட்ராஸ் பழக்கமானது.

மெட்ராஸுக்கென்று தனித்த அடையாளம் உண்டு. இன்று நீங்கள் பார்க்கும் மெட்ராஸ் அல்ல அதன் உண்மை முகம். இன்றைக்குத் தமிழ்நாட்டின் பல ஊர்களில் இருந்து புலம்பெயர்ந்து மெட்ராசில் குடியேறியவர்கள் ஏராளம். குறிப்பாகப் பல்வேறு கலாச்சாரங்களில், பல ஆண்டுகளாக இருந்த மக்கள் மெட்ராசுக்கு குடிபெயர்ந்தார்கள். மெட்ராஸின் காஸ்மோபாலிட்டன் வாழ்க்கை முறை மாறிப்போனது. இயல்பான மக்களின் வாழ்வு கேள்விக்கு உள்ளானது. தெலுங்கு, கன்னடம், மலையாளம், ஆங்கிலம் கலந்த ஒரு தமிழ் மெட்ராஸில் புழங்கியது.

திரையரங்குகளில் ஹிந்தி, ஆங்கிலத் திரைப்படங்கள் திரையிடப்படும். சஃபையர், ரூபி, எமரால்ட் தியேட்டர்கள்ள ஒரு டிக்கெட் எடுத்தால் ஒரு நாள் முழுவதும் படம் பார்க்கலாம். உணவு விடுதிகளில் செட் தோசை, வடகறி பிரபலம். 'சுண்டக்கஞ்சி' மெட்ராஸின் பானம். கானா பாட்டு, மீன் சோறு, அக்காக்கள் என கடற்கரை கலை கட்டும். தொழிலாளர்கள் நிரம்பிய உலகம். காக்கி அரை டவுசரும் வெள்ளை பனியனும் அதிகம் தென்படும், தனித்த ஒரு பொருளாதாரத்தின் அடையாளம். இப்படி மெட்ராஸை, நாம் ஆக்கிரமிப்புகளுக்கு முன்பு, ஆக்கிரமிப்புகளுக்குப் பின்பு எனப் பிரிக்கலாம்.

மெட்ராஸ் தோன்றி 375 ஆண்டுகளுக்கு மேல் ஆகிவிட்டது. ஆர்மேனியர்கள், ஆங்கிலேயர்கள், டச்சுக்காரர்கள் என பலரும் மெட்ராசின் உருவாக்கத்தில் பங்கு கொண்டிருக்கிறார்கள். முத்தையாவும் நரசய்யாவும் அந்த வரலாறுகள எல்லாம் ஆவணப்படுத்தி இருக்கிறார்கள். திராவிட முன்னேற்றக் கழக ஆட்சி காலத்திற்குப் பின் அரசாங்க வேலைக்கு வந்த மக்கள் பெரிதும் பணி ஓய்வு பெற்ற ஆண்டு 1995 லிருந்து 2000. கொஞ்சம் கொஞ்சமாகத் தென்மாவட்டங்கள், டெல்டா பகுதிகள், வடமாவட்டங்கள் என எல்லாத் திசைகளில் இருந்தும் மக்கள் புலம் பெயர்ந்து மெட்ராசுக்குக் குடி வந்தார்கள். இரண்டாயிரத்தில் ஏற்பட்ட 'மென்பொருள் மின்னணுப் புரட்சி' பெரும் மாயக் கவர்ச்சியை விரித்தது. டிஜிட்டல், இ காமர்ஸ், மென்பொருள் வர்த்தகம், அணிமேஷன், கம்ப்யூட்டர் கிராபிக்ஸ் தொழில்நுட்பம் போன்றவை தங்களுடைய ஆக்டோபஸ் கரங்களை விரிக்கத் தொடங்கியிருந்த காலகட்டம். எதை நோக்கிப் போகிறோம் எனத் தெரியாமலேயே மக்கள் கூட்டம் கூட்டமாக மெட்ராஸ் நோக்கிப் படையெடுத்தார்கள். ஆர். வெங்கட்ராமன், சி. சுப்பிரமணியம் காலத்தில் இப்படித்தான் கனரகத் தொழில் புரட்சி நடந்தது. அப்பொழுதும் பெரும் கூட்டமென மக்கள் குடி பெயர்ந்தார்கள். ஐ.சி.எஃப். ராணுவ கனரகத் தொழில் கூடங்கள், ஸ்டாண்டர்ட் மோட்டார்ஸ், பின்னி மில், TAFE, ஸ்பென்ஸர், ஹார்பர் ஏற்றுமதி-இறக்குமதி, தோல் தொழிற்சாலைகள் என வகைக்கு வகை மெட்ராஸ் வளர்ந்த காலம், சுதந்திர இந்தியாவில் காங்கிரஸ் ஆண்டகாலம். எண்பதுகளில் எல்லாமும் மூடுவிழாக் கண்டன. மெட்ராஸ் மிகப்பெரிய பஞ்சத்தில், பொருளாதாரப் பின்னடைவில் சிக்கியது. மன்மோகன் சிங் அரசு முன்னெடுத்த தாராளமயமாக்கல் கொள்கையும், நரசிம்மராவ் தாராளமாக அனுமதித்த பொருளாதாரக் கொள்கையும் மெட்ராஸை வேறோர் இடத்திற்கு நகர்த்தின.

சந்திரசேகர் முதல்முறையாக பென்டாமீடியாவைத் தொடங்கினார். அமெரிக்கவாழ் இந்தியர்கள் மெட்ராஸில் மென்பொருள் தொழிலைத் தொடங்க முன் வந்தார்கள். முரசொலி மாறன், நாங்குநேரியிலும் மெட்ராஸின் புறநகர்ப் பகுதிகளிலும் தொழில்கள்

தொடங்க ஏதுவான விதத்தில் கொள்கைகளை வகுத்தார். திராவிட முன்னேற்றக் கழக ஆட்சியில் மென்பொருள் பூங்காக்கள் அமைக்கப்பட்டன. அமெரிக்காவின் சிலிக்கான் வேலி போல மெட்ராஸ் மாறிவிடும் என கனவில் மிதந்தார்கள், அன்றைய இளைஞர்கள். மெட்ராஸின் ஆதாரமான காடுகள் அழிக்கப்பட்டன. சதுப்பு நிலங்கள் சூறையாடப்பட்டன. மெட்ராஸ் வாழ் உயிரினங்களான பலவும் அழிந்து போயின. பறவைகள் தங்கள் வலசைக்கால வரவைக் குறைத்துக் கொண்டன. மெட்ராஸைச் சுற்றி இருந்த ஏரிகள் பலவும் ரியல் எஸ்டேட் புரோக்கர்களால் பங்கு போடப்பட்டு விற்பனை செய்யப்பட்டன. மெட்ராஸ் சாலைகள் கடும் போக்குவரத்து நெருக்கடிகளுக்கு உள்ளாகின. மெட்ராஸின் பழம்பெருமை வாய்ந்த கல்வி நிறுவனங்கள் வெகுசன மக்களுக்காகத் தங்களுடைய தரத்திலிருந்து கீழே இறங்கி வந்து மக்கள் கோரிக்கைக்காக எல்லாரையும் தேர்வில் வெற்றி பெற்றவர்களாக அறிவித்தன. பள்ளிக்கல்வி இறுதித் தேர்வில் வெற்றி பெறாதவர்கள் கூட உயர்கல்விக்கு விண்ணப்பிக்கலாம் என்று அரசு ஆணை பிறப்பித்தது. புற்றீசல் போல் தமிழ்நாடு முழுவதும் கல்விக்கூடங்கள் தோன்றின. மெட்ராசைப் போல பல மெட்ராஸ்களை மக்கள் தங்களுக்கு விருப்பம் போல உருவாக்கிக் கொள்ளும் சுதந்திரத்தைக் கொடுத்தது. மெட்ராஸ் தியோசோஃபிக்கல் சொசைட்டி, அடையாறு போட் கிளப், மெட்ராஸ் ரைபிள் சொசைட்டி, கண்டோன்மெண்ட், ஆங்கிலோ இந்திய செட்டில்மெண்ட், டோனகெலா கேம்ப் போன்றவை காலப்போக்கில் காணாமல் போகவும் வாய்ப்புகள் இருக்கின்றன.

இன்றைக்கு இருக்கும் மெட்ராஸ் கொஞ்சம் கொஞ்சமாகத் தன்னுடைய இயல்பில் இருந்து மாறுபட்டு, தேவையற்ற பழமைவாதப் புனித பிம்பங்கள் ஏற்றப்பட்டு, வளர்ச்சி இல்லாத, வீக்கம் நிறைந்த ஊராகக் காட்சியளிக்கிறது. ஒவ்வோர் இருபது ஆண்டுகளுக்கும் ஒரு முறை, புலம் பெயர்ந்து குடியேறிய மக்கள், புதிய புதிய கலப்புக் கலாச்சாரத்தை உருவாக்கி வந்திருக்கின்றனர்., மெட்ராஸ் மட்டும், வேறொரு பெயருக்கு மாறிப் போகாமல்

தன்னை எப்படியோ தக்கவைத்துக் கொண்டிருக்கிறது. இன்று வேகமாகப் பரவி வரும் பழமைவாதப் போக்கின் அழுத்தத்தால், மெட்ராஸ் மாறிப் போய், முன்பொரு காலத்தில் இங்கு மெட்ராஸ் இருந்தது என்று சொல்லும் நிலைமைக்கு வந்து விடுமோ என்று அச்சமாக இருக்கிறது. இந்தியாவில் இருநூறு ஆண்டுகளுக்கு முன்பே கலாச்சார முதன்மை பெற்றிருந்த ஒரு நகரம், இன்று பிற்போக்கான உலக நாகரிகத்தில் இருந்து நூறு ஆண்டுகளுக்கும் மேல் பின்னடைவில் இருக்கிறது என்றால் என்னால் நம்ப முடியவில்லை.

எம்டன் குண்டு போட வருவதாகச் செய்தி பரவிய போது, புரசைவாக்கத்திற்கு அந்தப் பக்கம் மெட்ராஸ் நகர்ந்து போய்விட்டது. நகர்ந்து போய் விட்ட மெட்ராஸின் தெற்குப் பகுதி வளம் மிக்க டெல்டா மாவட்டத்துக் காரர்களால் நிரம்பியதாக, இன்றும் மேல்தட்டுக் கலாச்சாரத்தின் சான்றாக இருக்கிறது. மியூசிக் அகாடமி, நாரத கான சபா, மைலாப்பூர், மாம்பலம் என கலாச்சார நிகழ்வுகள் நடைபெறும் பகுதிகளில் இடைக்காலக் கலாச்சாரச் செழுமை பாதுகாக்கப்படுகிறது. மெட்ராஸைச் சுற்றி குமரன் குன்றம், குன்றத்தூர், திருநீர்மலை என மலைக் கோயில்கள் உண்டு. பரங்கிமலை தேவாலயம் பழமையானது. பல்லாவரம் மலையின் மீது இருக்கும் நபி நாயகத்தின் 'ஜிப்பா' என்ற நம்பிக்கை, மலைத் திருவிழா என்றும் பிரசித்தம். மெட்ராஸின் செய்தித்தாள் நிறுவனங்களில் எஞ்சி நிற்பது இந்து குழுமம் மட்டுமே. பழம்பெருமை வாய்ந்த பழவேற்காடு, முட்டுக்காடு போன்ற உப்பங்கழிகள் பாதுகாக்கப்பட வேண்டும். இயற்கை இரண்டு ஆறுகளை மெட்ராசுக்குக் கொடுத்திருந்தும் நாம் அவற்றைக் கழிவுநீர்க் கால்வாய்களாக மாற்றியிருக்கிறோம். ஆங்கிலேயர் வெட்டிய பக்கிங்ஹாம் கெனால், புதுச்சேரியின் மரக்காணத்திலிருந்து விசாகப்பட்டினம் வரையிலான நீர்வழிப் பாதையாக உருவாக்கப்பட்டது. அது மறுபடியும் புனரமைக்கப்பட்டால், நீர் வழிப் போக்குவரத்து பெரும் பயன் தரும்.

பல பழமையான இந்தோ-சார்சானிக் கட்டடங்கள், அமீர் மஹால், சேப்பாக்கம் பேலஸ், மியூசியம் பில்டிங் போன்றவை பாரம்பரியப் பெருமை வாய்ந்தவை என்ற வட்டத்திற்குள் கொண்டு வரப்பட்டிருந்தாலும், முறையான பராமரிப்பு செய்யப்பட்டு பாதுகாக்கப்பட வேண்டும். குதிரைகள், குதிரை லாயம், குதிரைக்கான மருத்துவமனை, குதிரைப் பந்தயத் திடல் போன்றவையும் மெட்ராஸின் பாரம்பரியப் பெருமைகளாகவே கருதப்படுகின்றன. இந்தியாவின் சினிமா தொழில் முறையாக மாறி வந்த போதே சென்ட்ரல் ஸ்டேஷனுக்குப் பக்கத்தில் இருக்கும் கட்டடத்தில் ஊமைப்படங்கள் திரையிடப்பட்டு இருக்கும் வரலாறு மெட்ராஸினுடையது. நடராஜ முதலியார், தமிழ்த் திரைப்படங்களின் தந்தை எனப் போற்றப்படுகிறார். எஸ். எஸ். வாசன், மெய்யப்பச் செட்டியார், வாகினி போன்ற ஜாம்பவான்கள் கோலோச்சிய சினிமாத் தொழில் மெட்ராஸில் இன்றும் கொடிகட்டிப் பறக்கிறது. மெட்ராஸ் கோல்ஃப் கிளப், காஸ்மோபாலிட்டன் கிளப், ஃப்ளையிங் கிளப் போன்றவை இன்றும் இயங்கி வருவது ஆச்சர்யமே.

விஸ்வநாதன் மெஸ், காசி விஸ்வநாதர், ரத்னா கபே, நாயர் மெஸ், ராயர் மெஸ், மாமி மெஸ், ஜன்னல் கடை, பர்மா உணவுகள் என மெட்ராஸின் ஸ்ட்ரீட் ஃபுட் பட்டியல் மிகப் பெரியது. அடையாறு ஆலமரத்தைக் காப்பாற்ற முயற்சி எடுத்ததைப் போல மெட்ராஸைக் காப்பாற்ற முயற்சி எடுக்க வேண்டும். மெட்ராஸைச் சூழ்ந்து இருக்கும் ஆபத்துகளான கல்பாக்கம் அணு உலை, ஆவடி டேங்க் பேக்டரி, ராஜாளி விமான நிலையம், தாம்பரம் போர் விமான நிலையம், நீர்மூழ்கிக் கப்பல்கள், போர்க்கப்பல்கள் நிறுத்தும் மெட்ராஸ் ஹார்பர் போன்றவை அயல்நாட்டுப் படையெடுப்பு நிகழும் பட்சத்தில், இந்தியாவில் அந்தப் படையின் முதல் இலக்குகள். இயற்கை, சுனாமியையும் 2015-இல் பெரு வெள்ளத்தையும் அவ்வப்போது சூறாவளிக் காற்றுகளையும், புயல்களையும் மெட்ராஸுக்குப் பரிசாகக் கொடுத்து இருக்கிறது. எல்லாவற்றையும் தாங்கி நிற்கும்

மெட்ராஸ், அதனைப் பற்றிய புரிதல் இல்லாத, வியாபாரத்தை நோக்கமாகக் கொண்டு செயல்படும் மனிதர்களிடமிருந்து தப்பிக்குமா?

இளைஞர்கள், நம்பிக்கை தருகிறார்கள், சுற்றுச்சூழல் புரிதலோடு கேள்வி எழுப்புகிறார்கள். பாரம்பரியக் கலைகளைக் காப்பாற்றப் போராட்டம் நடத்துகிறார்கள். பெற்றோர்களுக்கும் தங்கள் போராட்டங்களுக்கான நியாயங்களை எடுத்துச் சொல்கிறார்கள். நம்முடைய அடையாளங்களை மீட்கப் பாடுபடுகிறார்கள். உதாரணம், ஜல்லிக்கட்டுப் போராட்டம். மெட்ராஸை மீட்டெடுப்பது என்றால், அதன் தொன்மை வாய்ந்த சுற்றுச்சூழலைப் பாதுகாப்பது, பழமையான அடையாளங்களை அதன் தன்மை மாறாமல் புதுப்பித்துப் பாதுகாப்பது, இவை எல்லாவற்றையும் விட மெட்ராஸூக்கென்று ஒரு மனநிலை உண்டு, மெட்ராசுக்கென்று ஒரு கலாச்சாரம் உண்டு எனப் புரிந்து கொண்டு மீட்டெடுப்பது. பழமையான மெட்ராஸ் லிட்டரரி சொசைட்டி இன்றும் இயங்கி வருவது நம்பிக்கை தருகிறது. கல்வியால், வாசிப்பு அனுபவத்தால், கலைச் செயல்பாடுகளால், எல்லாம் நமக்கு சாத்தியம்தான்.

அடுத்த ஐம்பது ஆண்டுகளிலாவது மெட்ராஸ் தன்னுடைய காடுகளைத் திரும்பப் பெற வேண்டும். நதிகளில் கையில் அள்ளிக் குடிக்கும் நீர் ஓட வேண்டும். மனிதர்களின் எண்ணிக்கையை விடவும் காட்டுயிர்களின் எண்ணிக்கை அதிகரிக்க வேண்டும். வற்றாத ஏரிகளைப் பெற வேண்டும். கலைச் செயல்பாடுகள் உச்சத்தைத் தொட வேண்டும்; குறிப்பாகத் தனிமனித சுதந்திரம் வேண்டும். இன்றைய இளைஞர்கள் செய்து முடிப்பார்கள் என்ற நம்பிக்கை எனக்கு இருக்கிறது. மெட்ராஸ் நம் அனைவரின் முகம்.

1989-இல் இருந்து எனக்கு மெட்ராஸ் பழக்கமானதுதான். ஆனால், கல்லூரியில் சேர்ந்த பிறகு பார்க்க கிடைத்த மெட்ராஸ் எனக்குப் புதிதாக இருந்தது. சித்ரா, கெயிட்டி திரையரங்கங்களைத் தாண்டிக் கூவம் கரையோரமாகப் பயணப்பட்டால் கல்லூரி

வந்துவிடும். 1800-களில் கட்டப்பட்ட சிவப்புநிற செங்கல் கட்டடம். வண்ணக் கலைப்பிரிவில் முதலாம் ஆண்டில் ஒவ்வொரு நாளும் புதிது புதிதாக அனுபவங்கள், குறிப்பாக ஆசிரியர்களின் வழிகாட்டல். ஜி.ராமன், அருளரசன் இருவரும்தான் முதலாம் ஆண்டில் வண்ணக் கலைப் பிரிவை வழி நடத்தினார்கள். பெருமாள், கிராஃபிக்ஸ் எடுத்தார். லீலா கணபதியும் எபிநேசரும் கலை வரலாற்றுப் பாடம் எடுத்தார்கள்.

மெட்ராஸில் நான் தங்கியிருந்த இடத்தில், உ.க.பாலு, கணேசன், ரஜினி சங்கர், முத்து, செந்தில், சிவா, M.M.கார்த்தி என்று ஒரு பட்டாளமே என்கூட இருந்தாங்க. வாராவாரம் ஒரு பத்துப் பதினைந்து பேர் வந்து போவார்கள். காலையில் தூங்கி எழுந்து பார்த்தா, யாராரோ படுத்திருப்பாங்க. சாப்பாடு, டீ, பேப்பர், மியூசிக், டிவி, இத்யாதி இத்யாதி-ன்னு தொடர்ச்சியா பொழுது ஓடிக் கொண்டிருக்கும். இரவு தூங்கப் போவதற்கு ரெண்டு அல்லது மூணு மணி ஆயிடும். பேச்சுலர் வீடு. 24 மணி நேரமும் விளக்கு எரிந்து கொண்டிருக்கும். அப்படி நேரம் காலம் தெரியாமல் எந்த வேலை வெட்டிக்கும் போகாமல், வேலை இல்லாமல் பொழுது ஓடிக் கொண்டிருந்த காலத்தில் (1990) தினமும் காலையில் எங்களை எழுப்புவதற்காக வந்துவிடுவார். ஆறு மணிக்கெல்லாம் குளித்து விபூதி பூசிக் கொண்டு, அயர்ன் செய்த சட்டை போட்டுக் கொண்டு ஒரு சாப்பாட்டுப் பையோடு வேலைக்குக் கிளம்பி, எங்கள் அறைக்கு வந்து விடுவது அவர் வழக்கம்.

நான் உருப்பட மாட்டேன் என்று உறுதியாக அவர் நம்பிய காலம் அது. காலால் எட்டி உதைத்துத்தான் தினமும் என்னை எழுப்புவார்.

"பத்து மணிக்கு ஆபீஸ் அவருக்கு. போக வேண்டியதுதானே? எனக்குக் காலேஜுக்கு எப்ப போனா என்ன? இந்தத் தொல்லை தாங்க முடியலடா கணேசா." என்று திட்டியபடியே எழுந்திருப்பேன்.

உ.க.பாலு தான் சொன்னான், "உனக்குப் படம் வரைய வராது,

தெரியாது, படிக்கமாட்ட, அப்படின்னு நினைச்சுகிட்டு ஒன்னத் திட்டுறாரு மாப்புள! நீ காத்தா.. ஒரு காட்டு காட்டு'' என்று..

''என்னடா கொடுமை இது. இந்தக் கமர்சியல் சைன் போர்டு, பேனர், கட்டவுட்டு வேணாம்னுதானே மெட்ராஸுக்கு வந்தோம், இங்கேயுமா?!'' என்று புலம்பியபடியே, ஒரு நாள் இரவு பதினொன்றரை மணியிருக்கும் என நினைக்கிறேன்,''சரி, எடுடா அந்தப் பாக்ஸ் போர்ட''ன்னு விளையாட்டாய் ஒரு பத்து நிமிடத்தில் ரஜினியை வரைந்து அவர் கண்ணில் படும்படி வைத்துவிட்டு வழக்கமான கூத்துக்களுக்குப் பிறகு தூங்கிப் போனோம்.

காலையில் வந்து பார்த்தவர், ''ஏன்டா கணேசா! அவன்தான் வரைஞ்சானா?'' என்று கேட்டு விட்டு, அன்றோடு எங்களை உதைத்து எழுப்புவதை விட்டுவிட்டார். (புகழ்பெற்ற ஓவியர் T.V.ரத்தினத்தின், மாணவர் அவர்). எங்களுக்கெல்லாம் பாஸ், பாலசுப்பிரமணியம். அப்போது அவருக்குப் பயிற்சிதான் எல்லாம் என்றோர் எண்ணம் இருந்தது. பயிற்சியில் விளையும் செய்நேர்த்தி, அதன் வெளிப்பாடுதான் கலை என்ற நம்பிக்கை கொண்டிருந்தார். அவருக்குள் அந்த நம்பிக்கை உடைந்து போன அல்லது நாங்கள் அவருடைய அந்த நம்பிக்கையை உடைத்த தருணம், அது. அடுத்து வந்த 30 ஆண்டுகளாக அந்தப் படத்தைப் பொக்கிஷமாகப் பாதுகாத்து வைத்திருந்தார் அவர்.

இன்று போன் செய்தார்: ''கார்த்திக்குப் பெண் குழந்தை பிறந்திருக்குடா'' என்று சொல்லிவிட்டு, அந்த(மொபைலில் போட்டோ எடுத்து) படத்தையும் இன்று அனுப்பி வைத்தார். இன்றைக்கு அவர் தாத்தா ஆகிவிட்டார். அவருக்குப் பேத்தி பிறந்திருக்கிறாள். இதை நான் வரையும் பொழுது அவருடைய மகன் கார்த்திக்கு இரண்டு வயதுதான் ஆகியிருக்கும். அவர் தாத்தா ஆகிவிட்டதை விட மகிழ்ச்சி எனக்கு வேறென்ன இருக்க முடியும். இன்றைக்கு நினைத்தாலும் ஆச்சரியமாய் இருக்கிறது.

பயிற்சி, பயிற்சியினால் விளையும் செய்நேர்த்தி, அதன் மயக்கத்திலிருந்து விடுபட்டு வருவதென்பது இன்றும் பலருக்கு

நிகழாமல் சூழலின் சுழலில் சிக்கிக் கொண்டு தவிப்பதைப் பார்க்கிறேன். நான் தப்பித்து வந்ததெல்லாம் பழைய கதை. எல்லாம் (1990) அந்த ரஜினியோடு போயிற்று. அதன் பிறகு அது தொடரவில்லை.

எனக்கு ஏற்கனவே போர்ட்ரெயிட், ஃபுல்ஃபிகர் எல்லாம் வரையத் தெரியும். இங்க ரொம்ப சந்தோஷமா இருந்தது. அப்போ அல்பான்சோ, ஆன்டனிதாஸ், சந்தானராஜ், கன்னியப்பன், பாஸ்கரன், ராமன்னு பலர் இருந்தாங்க. இவங்க யாருமே சோடை போனவங்க கிடையாது, எல்லாரும் பெரிய ஆளுங்க. நீங்க சார்கோல்னு கொடுத்தா நாங்க கரிக்கட்டையில வரைவோம். டெம்பிள் ஆர்ட் அப்படிங்கறதே, கரியை எடுத்து முதல்ல சுவத்துல வரையறதுதான். அகாடமிக் ஸ்டைல் பொறுத்தவரை சார்கோல், ஆயில் ஆன் கேன்வாஸ், கொலாஜ், லைஃப் மாடல், ஸ்டில் லைஃப், போட்டோகிராபி, ஆர்ட் அப்ரிஷியேஷன் இதெல்லாம் எடுத்துகிட்டேன். உண்மையச் சொல்லணும்னா இது எல்லாமே ஏற்கெனவே தெரிஞ்சதுதான். கிட்டத்தட்ட ஏற்கெனவே என்னோட பிராக்டிஸ்ல இருந்த விஷயங்கள்தான். இங்க சார்கோல்;அங்க கரிக்கட்டை. இங்க நியூஸ் பிரிண்ட் பேப்பர்ல வரையணும்;அங்க சுவர்ல வரைவோம். இவ்வளவுதான் வித்தியாசம். வேற ஒண்ணும் இல்ல.

காலேஜ் ஜாயின் பண்ணதும் அந்தச் சூழல் நல்லாயிருந்தது. நடேஷ் இருந்தார். கோணங்கியும் அங்க வருவார். ரெண்டு நாள் ஐபிசி வகுப்புல உட்கார்ந்தேன். ஜி. ராமன்தான் கிளாஸ் எடுத்தார். கிளாஸ்ல படம் வரையறேன். “ராணி ஆபிஸ்ல படம் கேக்கறாங்கடா, நீ வேணும்னா படம் வரையறியா, பணம் கொடுப்பாங்க”ன்னு சொல்றார். சரின்னு சொல்லி ராணி ஆபீசுக்குப் போய் படம் வரைஞ்சு கொடுப்பேன். பணம் தருவாங்க. அப்புறம், பனியன் கம்பெனியில லேபிள் பண்ண ஆர்டர் எடுத்தோம். அப்படி இப்படின்னு பல படம் வரையற வேலைகளைச் செஞ்சு, பிறகு சினிமாவுக்கு வரையப் போனோம். காலையில காலேஜ் போவோம், மத்தியானத்துல வேலை செய்யப் போவோம்.

பெரும்பாலும் தெலுங்குப் படங்களுக்குதான் ஸ்டோரி போர்டு வரைவோம்.

உபால்டு, ஈஸ்வர்-னு சிலர் இருந்து வழிகாட்டினாங்க. என்ன வழிகாட்டினாங்கன்னா, எங்க வேலை செஞ்சா காசு கிடைக்கும், கிடைக்காதுன்னு சொல்லிடுவாங்க. வெளிப்படையாச் சொல்லணும்னா ஆர்ட்டைப் பொறுத்தவரை முதல் ஆண்டு, முதல் நாள்லயிருந்து பணம்தான். சும்மா யார் கிட்டயாவது படம் வரையற ஒர்க் கொடுக்கச் சொன்னாக் கொடுப்பாங்க. பணத்தைப் பொறுத்தவரை ஒரு கிரியேட்டர், விஷுவல் ஆர்ட்டிஸ்ட் கவலைப்பட வேண்டியதில்லை. ஒரு போஸ்டர் கலர் வேலை தெரியுமா, என்னடா தெரியும் ஒனக்குன்னு கேப்பாங்க. எதனா சொல்லுங்கண்ணான்னா டக்குன்னு, 'இந்தா இதை முடிச்சுக் கொடுத்துட்டுப் போ'ன்னு சொல்வாங்க. முடிச்சுக் குடுத்துட்டுப் போவும்போது 100 ரூபா கையில கொடுப்பாங்க. 100 ரூபாங்கறது அப்பல்லாம் பெரிய காசு. அப்ப ஒரு எம்.சி.விஸ்கி முழு பாட்டிலே 130 ரூபாதான். நேரா ஒரு கல்யாணி பீரும், ஒரு குவார்ட்டர் எம்.சி.விஸ்கியும் வாங்குவோம். பீர் பாட்டிலை ஓபன் பண்ணி ஒரு வாய் குடிச்சுட்டு அதுல விஸ்கியை ஊத்துவோம். கட்டை விரலை வெச்சு ஒரு குலுக்குக் குலுக்கிட்டு வாயில வெச்சோம்னா ஃபுல் ஏத்துதான், எடுக்கவே மாட்டோம். அந்த கேஸோட வயித்துக்குள்ள போயிடும். அதுக்கப்பறம் இந்த உலகமே எங்களோடதுதான்.

இதை எதுக்குச் சொல்றேன்னா, ஒரு கிரியேட்டர் அவனுக்கான உணவு, அவனுக்கான போதை, பணம் எல்லாமும் சுதந்திரமாத் தேடிக்க முடிஞ்சது. இதையே கொஞ்சம் ரீவைண்ட் பண்ணி பின்னால போனோம்னா, கோயில் வேலை செய்யும்போது, கள்ளு, நல்ல மீன் சாப்பாடு கிடைக்கும். கறி கிடைக்கறது கஷ்டம். நல்ல தூக்கம், கோபுரத்து மேல ஏழாவது நிலையில சட்டையெல்லாம் கழட்டிப் போட்டுட்டுத் தூங்குவோம். காத்து அள்ளு அள்ளுன்னு அள்ளும். அதே மாதிரி அந்த வேலையிலயும் அது ரிஃப்ளக்ட் ஆகும்.

கூத்தியா வெச்சுக்கறதெல்லாம் ஸ்தபதிகள் கிட்ட சர்வ சாதாரணம். ஊருக்கு ரெண்டு வெச்சுக்குவாங்க. நிலபுலன், மாடு கன்னு எல்லாம் வாங்கிக் கொடுத்து ரெண்டு வீட்டையும் மெயின்டெயின் பண்ணுவாங்க. இது ரொம்ப சகஜமா இருந்தது. விஷுவல் ஆர்ட்டைப் பொறுத்தவரையிலயும் கூட, கிட்டத்தட்ட இதே நிலைதான் இருந்தது. 'லிவிங் டு கெதர்' லைஃப் ஸ்டைலை முதல் முதல்ல ஆதரிச்சதே விஷுவல் ஆர்ட்டிஸ்ட்தான். அதுக்கு நிறைய உதாரணங்களைச் சொல்லலாம். ஈஸ்டர் ராஜையும் – அனிதாவையும் உதாரணமாச் சொல்லலாம். சந்தானராஜ் பையன் ஈஸ்டர் ராஜ் இறந்துட்டாரு, தாஸ் சாரோட பொண்ணு அனிதா இருக்காங்க. அப்ப, நீங்க எல்லாத்தையும் பிரேக் பண்றீங்கன்னு ஒரு விஷயம் இருக்கில்ல. அப்பாவோட அலமாரியிலயிருந்து புத்தகம் படிக்க ஆரம்பிச்சு அப்படியே லலித்கலா கான்டெம்பரரி உள்ள வந்து, அப்புறம் எண் கணிதம், பாலஜோதிடம் படிச்சு, மணியனோட இதயம் பேசுகிறது, ஞானபூமி, சுபமங்களா படிச்சு, இதையெல்லாம் தூக்கிப் போட்டுட்டு பெரியார், அண்ணாவைப் படிச்சு, எங்கோ ஒரு விஷுவல் ஆர்ட்டுக்குள்ள போயி சொந்த வாழ்க்கையையே உடைச்சிப் போடற ஒரு விஷயம் இருக்கில்லயா.. அதுதான் என்னோட டிராவல்.

பர்சனலா, சுபமங்களா இதழ்தான் என்னை வேற ஒரு பாதைக்குக் கூட்டிட்டுப் போனது. அதை நிச்சயம் சொல்லணும். ஏன் சுபமங்களாவைச் சொல்றேன்னா, கிட்டத்தட்ட ஒவ்வொரு கலைஞனோட வாழ்க்கையையும் அது மூலமாப் படிச்சுத் தெரிஞ்சுகிட்டேன். எனக்கெல்லாம் ஒண்ணுமே தெரியாதுன்னுதான் சொல்லணும். அப்படியிருந்த எனக்கு சுபமங்களா ஒரு திறப்பைத் தந்தது. ஒரு விஷுவல் ஆர்ட்டிஸ்ட் எல்லா விஷயங்களையும் தெரிஞ்சு வெச்சிருக்கணும்ங்கறதுதான் அடிப்படை. நீங்க எந்த விஷயத்தைக் கேட்டாலும் என்னால பேச முடியும். இதற்கான காரணம் பரந்துபட்ட வாசிப்புதான்.

இந்த டிராவலை எங்க போய் சரி பார்ப்பீங்க. நாம செய்யறது சரியா தப்பா, நாம சரியான பாதையிலதான் பயணிக்கிறோமான்னு

எங்க போய் சரி பார்த்துக்குவீங்க. இன்னொண்ணு, நாம வாழற காலத்துல எதையும் யோசிக்கறதில்ல. நான் இப்போ இதையெல்லாம் சொல்றேன். அன்னைக்குக் கேட்டீங்கன்னா என்கிட்ட பதிலே இருக்காது. எக்சண்ட்ரிக்கா நடந்துகிட்டிருப்பேன். இன்னைக்கு என்னால தொண்ணூறுகளைப் பத்திப் பேச முடியுது. இன்னைக்கு என்னோட செயல்பாடுகளைக் கேட்டீங்கன்னா எனக்குத் தெரியாது, இதுதான் உண்மை. சுபமங்களா அப்படிங்கிற பத்திரிகைக்கு நான் இவ்வளவு அழுத்தம் கொடுத்துச் சொல்றேன்னா, எனக்குத் தியேட்டர் மேல, டான்ஸ் மேல ஒரு இன்வால்வ்மெண்ட் இருந்தது. இன்னும் குறிப்பிட்டுச் சொல்லணும்னா, 'சீர்காழி மூவர்' ரொம்ப முக்கியமாச் சொல்ல வேண்டிய விஷயம். பந்தநல்லூர் பாணியோ, வடுவூர் பாணியோ எந்தப் பாணியா இருந்தாலும், சதுராட்டம், அதனுடைய வளர்ச்சி, பரிணாமம் அப்படிங்கறது எல்லாமே எட்டாவது படிக்கும் போதே தெரியுது. இன்னைக்கு யோசிச்சு வேணா அங்க போய்ப் பார்க்கலாம். ஆனா அது சாதாரணமா மண்டைக்குள்ள ஏற்கெனவே இறங்கி இருக்கு.

சீர்காழி கோவிந்தராஜன், மதுரை சோமு, பித்துக்குளி முருகதாஸ் இப்படிப் பல பேர் எங்க வீட்டுக்கு வந்து பாடியிருக்காங்க. பாட்டு, கச்சேரி, மேளம்னு நடந்துட்டேயிருக்கும். தருமபுரம் ஆதீனத்துல குருபூசை நடக்குதுன்னா, தவில்லயிருந்து எல்லா வாத்தியமும் வெச்சிருப்பாங்க. அறுபது தவில் வெப்பாங்க. மல்லாரி வாசிச்சா, விடிய விடிய கேட்டுட்டே இருக்கலாம், கேட்டுட்டே இருப்போம். வேற என்ன வேலை இருந்தது. ஒண்ணும் கிடையாது, இன்னைக்கும் கிடையாது. ஆனால் ரஜினி சங்கருக்கு 24 மணி நேரமும் சினிமா மட்டும்தான்

ரொம்ப சாதாரணமாக நாதஸ்வரம், தவில், டான்ஸ், பாட்டு, கூத்து, கரகாட்டம், மயிலாட்டம், ஒயிலாட்டம் இது எல்லாத்தையும் பார்க்க, கேக்க வாய்ப்பு இருந்துட்டேயிருக்கும். இதோட, எங்க தெருவிலேயே ஒரு லைப்ரரி இருந்தது. 'ஃபோர் ஸ்டார்' லைப்ரரின்னு ஒண்ணு நடத்தினேன். வெறும் காமிக்ஸ்தான். 450

புத்தகங்கள் இருந்தன. கடைசியா இழுத்து மூடும்போது 1,500 புத்தகம் இருந்தது. 3D காமிக்ஸ், பிரிச்சா 3D மாதிரி வர்ற லேசர் கட் பண்ண காமிக்ஸ் புக்கெல்லாம் இருந்தது. வகைவகையா வெச்சிருந்தேன். பசங்கள்லாம் வந்து புக் எடுப்பாங்க. ஸ்கூல் லீவ் டைம்ல வருஷத்துல மூணு மாசம் மட்டும்தான் அந்த லைப்ரரி நடக்கும். மூணு வருஷம் அந்த லைப்ரரியை வீட்லயே நடத்தினேன். அப்போ, இதுக்கெல்லாம் எந்தவிதமான விளக்கமும் கிடையாது. ஒரு ஆர்ட் ஃபார்ம்ல இருந்திருக்கேன்றதைத்தான் இது காட்டுது. ஒரு டிராயிங், இல்ல, கேரிகேச்சர் பண்ணனும்னா, அதுக்கு அந்தக் காமிக்ஸ் புக் சேமிப்போட தாக்கம்தான் காரணம். அது உள்ளுக்குள்ள ஆழமா பதிஞ்சிருக்கு. காமிக்ஸ் புத்தகம் வாங்கறோம், நிறைய இருந்ததும் சேமிக்கறோம், அப்புறம் நாலு பேர் படிக்கட்டும்னு அதை லைப்ரரியா மாத்தறோம். இது எல்லாமே தன்னிச்சையா நடந்த விஷயம். என்கூட வரதராஜன், ராஜரத்தினம், பாலமுருகன், கிருபாகரன், ரஜினி சங்கர் போன்ற நண்பர்களும் இருந்தார்கள்.

அப்போ, எல்லாத்துலையும் பார்த்தீங்கன்னா அது காமிக்ஸானாலும் சரி, டெம்பிள் ஆர்ட்டானாலும் சரி, எல்லாமே ஐரோப்பியத் தாக்கத்துலயிருந்தது. ஐரோப்பியத் தன்மையிலிருந்து விடுதலை பண்ணிக்கறதுக்கான ஓர் ஓட்டமாதான் என் பயணத்தைப் பார்க்கறேன். ஐரோப்பியத் தன்மையிலிருந்து என்னை விடுவிச்சுக்கறதுதான் முதல் வேட்கையாவே இருந்தது. எந்தக் குறிக்கோளுமே இல்லாத வாழ்க்கையில் ஒரே ஒரு குறிக்கோள் இருந்திருக்கு. அது இந்தியத் தன்மையைத் தேடிக் கண்டடைவது.

குறிப்பாக, ரவிவர்மாவை முழுக்க முழுக்க நிராகரிச்சிருக்கேன். டெம்பிள் ஆர்ட்ல 1960-80 வரை ரவிவர்மாவோட பாதிப்பு அதிகமா இருந்தது. நான் பார்த்த எல்லாக் கோவில் ஓவியர்கள் கிட்டேயும் ரவிவர்மாவோட 'Posture'னு சொல்ற காட்சித்தன்மை நிறைய இருந்தது. இந்த விதந்தோதல் இருக்கில்லையா, இதுமேல இருக்கும் மயக்கம் தெளியத் தெளிய கொஞ்சம் சூரியமூர்த்தியின் வழியாவும் சொல்றேன். அந்த நேரத்துல நம்முடைய நோக்கத்தைக்

காகிதப்பூ

கண்டுபிடிக்க முடியாது, என்னன்னு தெரியும், அவ்வளவுதான். இதை ஒரு டிரான்ஸ்பர்மேஷன்னு சொல்லலாம். ஐரோப்பிய, கிரேக்க பாணி ஓவியங்களிலிருந்து விடுபடணும்னு தோணுச்சு. உடல்மொழி, வண்ணக்கலவை, வடிவம் எல்லாத்துலயிருந்தும் விடுபடணும்னு எண்ணம் இருந்திருக்கு.

அப்போதான், *1991*-இல் மெட்ராஸ் ஏர்போர்ட்ல ஒரு ஓவியக் கண்காட்சி வைக்கிறேன். ஒரு பெரிய காதல் தோல்வியையும் அப்போதான் சந்திச்சிருக்கேன். எப்பவும் குடிச்சிட்டு இருந்தவன், முழு நேரக் குடிகாரனா மாறிட்டேன். அப்ப ஒரு கவிதைத் தொகுப்பு போட்டேன். ‘நோட் புக் கவிதைகள்’னு தலைப்பு. என்னல்லாம் உளறியிருப்பேன்னு உங்களுக்கே தெரியும். கவிதையான்னு சொல்ல முடியாது. அப்போ, ராயப்பேட்டையில இப்ப நம்ம ஜெராக்ஸ்னு சொல்றது போல ‘பானா பிரிண்ட்’னு ஒண்ணு பண்ணுவாங்க. மண்ணெல்லாம் போட்டுச் சலிச்சு, நாலு கலர்ல பிரிண்ட் எடுப்பாங்க. மோனோ கலர்லதான் பிரிண்ட் வரும். நாலு முறை பிரிண்ட் போடுவாங்க. அம்மோனியா பிரிண்ட் மாதிரி இது பானா பிரிண்ட். அங்கதான் கவிதைத் தொகுப்பை பிரிண்ட் பண்ணினேன். அப்போ, ஈஸ்வரி லைப்ரரியில நான் மெம்பர். இந்தியன் ஆபிசர்ஸ் அசோசியேஷன் பில்டிங்ல தங்கியிருந்தேன். கவிதைத் தொகுப்பு மொத்தம் *60* காப்பி போட்டேன். வாழ்க்கையில வீராவேசமா இதுதான் இறுதி அறிக்கைங்கற மனநிலையில அந்தத் தொகுப்பைப் போட்டேன்.

ஏர்போர்ட்ல ஒரு சின்ன கேலரி இருக்கும். அங்க ஓவியக் கண்காட்சி நடத்தினேன். அங்க வந்தவங்களுக்கெல்லாம் கவிதைத் தொகுப்பைக் கொடுத்தேன். பாக்கியிருந்த புத்தகத்தையெல்லாம் நைட்டு தண்ணியைப் போட்டுட்டு போதையில கொளுத்திட்டேன். அப்போ அப்படியான மனநிலை. அப்புறம் மறுநாள் எழுந்து காலேஜ் போக ஆரம்பிச்சுட்டேன். அதோட என் கவிதை வாழ்க்கை முடிஞ்சது. *1991*-க்குப் பிறகு தொடர்ச்சியா சென்னை, பம்பாய், சண்டிகர் இப்படிப் பல இடங்களில் இந்தியா முழுக்க சுமார் *60* ஓவியக் கண்காட்சிகளை நடத்தியிருக்கேன். நிறையப் பேர்

ஓவியங்களை வாங்கிட்டுப் போய்க் கண்காட்சி வெச்சிருக்காங்க. அஞ்சு சினிமாவுக்கு தரணி சார் கிட்ட வேலை பார்த்தேன்.

கல்லூரி வாழ்க்கை எல்லாருக்குமே நினைவுகளின் சொர்க்கமாக இருக்கும். எங்களைப் போல ஆளுங்க கிராமங்களிலிருந்து நகரத்திற்கு வர்றது, குறிப்பாக மெட்ராசுக்கு வருவதென்பது மிகப்பெரிய மாற்றம். திடீரென்று வெற்றி கூப்பிட்டு இருந்தான்.

"டேய் மச்சி! ஊட்டி கதை ஞாபகம் இருக்காடா?"

"மறக்க முடியுமா டா!"

உரையாடல் தொடர்ந்தது. மதராஸ் கலைப் பள்ளியின் தொடர் சங்கிலியில் நாங்களும் இருக்கிறோம். ராய் சவுத்ரி, கே. சி. எஸ். பணிக்கர், தனபால், சந்தான ராஜ் என்று தலைமையேற்ற கல்லூரி, எங்களையும் உள்ளே இழுத்துக் கொண்டது. எல். முனுசாமி, ரெட் அப்ப நாயுடு, சுல்தான் அலி, விஸ்வநாதன், ஹரிதாசன், வாசுதேவ் என்று மூத்த ஓவியர்களைக் கொடுத்த கல்லூரி. ஆதிமூலம், பாஸ்கர், அல்ஃபோன்சோ, அருள்ராஜ், கன்னியப்பன், தக்ஷிணாமூர்த்தி என்று புகழ்பெற்ற ஓவியர்கள் படித்த கல்லூரி.

P.கிருஷ்ணமூர்த்தி, தோட்டா தரணி, மணியம் செல்வன் என்று சினிமாவிற்கும், பத்திரிகைத் துறைக்கும் ஓவியர்களைக் கொடுத்ததும் இந்தக் கல்லூரிதான். மாரிமுத்து என்ற 'யூமா வாசுகி' எல்லாருக்கும் தெரிந்த எழுத்தாளர், மொழிபெயர்ப்பாளர், எங்களுடைய சீனியர், இந்தக் கல்லூரியின் மாணவர். சினிமா இயக்குனர் கதிர், மனோபாலா என பல பேர் இக்கல்லூரியில் இருந்து சென்றவர்களே. நடிகர் சிவகுமார், பொன்வண்ணன் எனப் பலர் இருக்கிறார்கள். இந்தக் கல்லூரியில் பயின்ற சூரியமூர்த்தி, ராமானுஜம், பி.வி.ஜானகிராம் போன்றவர்கள் மிகச்சிறந்த வட்டார நவீனப் போக்கை முன்னெடுத்த ஓவியர்கள். சந்துரு, 'கலை வழியே கலகம் அதன்வழி அதிர்ச்சி' என்று கலையை வேறு ஒரு முனையில் நின்று மக்களை நோக்கி இழுத்தவர். இப்படி சுதந்திர இந்தியாவில் இந்தக் கல்லூரியின் கலைச் செயல்பாட்டுப்

பங்களிப்பை, இயக்கம், தனிநபர்கள், அரசியல், பொருளாதாரம், சமூகச் செயல்பாடு என்று பேசிக்கொண்டே போகலாம்.

முதல் இரண்டு ஆண்டுகள் எல்லாரும் ஒன்றாகத்தான் வாழ்ந்தோம். அடுத்து வந்த மூன்று ஆண்டுகளில் அவரவர் பிரிவில் இருந்தாலும் கல்லூரி அனைவரையும் ஒன்றாகவே இணைத்து வைத்திருந்தது. இன்று நாகராஜ், வெற்றி, சந்தானம், கிருஷ்ணன் என சினிமாவில் கொடி கட்டிப் பறக்கும் கலை இயக்குனர்களைத் தந்திருக்கிறது. வெற்றி, 'கிரண்' என்ற பெயரில் நடிக்கவும் செய்கிறான். தர்பார் படத்தில் சந்தானம் கடுமையாக வேலை செய்திருக்கிறான். அபராஜிதன், கார்த்தி, சத்யன், ஆறுமுகம், தக்ஷிணாமூர்த்தி, சண்முகம், பாலாஜி, கௌதமன், சரவணன், கிருஷ்ணசாமி, ஷ்யாம், சங்கர், விவேக், பாலமுருகன், சுந்தர் என்று வண்ணக் கலைப் பிரிவு களை கட்டும். இவர்களுள் பலரும் இன்று அனிமேஷனில் உச்சத்தில் இருக்கிறார்கள். அபராஜிதன், கிருஷ்ணசாமி இருவரும் ஊரறிந்த ஓவியர்கள். தட்சிணாமூர்த்தியின் பேனர் ஆர்ட் பற்றி ஸ்பெயினிலிருந்து ஒரு புத்தகம் வந்திருக்கிறது. மோகன் ஆர்ட்ஸ், சாய் ஆர்ட்ஸ் என்று பேனர் கலாச்சாரம் உச்சத்தில் இருந்த காலத்தில் அதன் மேல் கனவோடு இருந்தவன், தக்ஷிணாமூர்த்தி. 'விவேக்' கோவில்பட்டிக்காரன். கோணங்கியின் சிஷ்ய கோடி. அனிமேஷனில் அதிகச் சம்பளம் வாங்கியவன் இரண்டாயிரத்தில் அவன்தான், தனியாகக் கம்பெனியும் நடத்தினான். எல்லாவற்றையும் தூக்கித் தூரப் போட்டு விட்டுக் கோவில்பட்டியில் நிலம் வாங்கி விவசாயம் செய்து கொண்டிருக்கிறான்.

'ஞானபூமி' பத்திரிகையை யாரும் மறந்திருக்க மாட்டோம். அப்படியான ஆன்மீக இதழ்களில், காலண்டர்களில், ஓவியர் மணிவேல் படங்கள் பிரபலம். அவருடைய பையன்தான் ஆறுமுகம். ஆறுமுகத்தின் தாத்தாவும் மிகப் பிரபலமான சுதை வேலைக்காரர். இன்றைய நாகப்பட்டினம் மாவட்டம் சிக்கல் பக்கம் தான் அவர்களுடைய ஊர். ஆறுமுகம் இப்பொழுது பெங்களூரில் மிக முக்கியமான வி.எஃப்.எக்ஸ்காரன். புரிசை

கண்ணப்பத் தம்பிரான் பேரன்தான் கார்த்தி. கூத்துப் பட்டறையில் முக்கியமான பயிற்சியாளனாக இருந்தவன். இப்பொழுது பிரபலமான ‘பொன்னியின் செல்வன்’ நாவலை கிராபிக்ஸில் செய்து முடித்திருக்கிறான், ஸ்கிரிப்டும் அவனேதான். வந்தியத்தேவன் ஆதார் கார்டு வைத்திருப்பதாக ஒரு இடத்தில் வருகிறது, அது கார்த்தியின் கைவண்ணமே.

இப்படி ஒவ்வொருவருமே வெவ்வேறு பின்புலங்களிலிருந்து வந்து வண்ணக்கலை பயின்று வெவ்வேறு துறைகளில் கொடிகட்டிப் பறக்கிறார்கள். நான்கைந்து பேர் ஐரோப்பாவில் செட்டிலாகி விட்டார்கள். ஜோயல், தில்லியில் இருக்கிறான். மோகனுக்கு ஹைதராபாத்தில் வாழ்க்கை. அருள், நெய்வேலியில் புகைப்படக் கலைஞன். சங்கர் மதராஸ் கலைப்பாணியில் வந்த அத்தனை ஓவியர்களுக்கும் சட்டகம் செய்து கொடுத்த ஆறுமுகத்தின் பையன் சுந்தர், மறக்க முடியாத நண்பன். இப்பொழுது அவன் இல்லை என்பதை நினைக்க முடியவில்லை. இப்படிச் சொல்லிக்கொண்டே போகலாம்.

23 ஆண்டுகளுக்குப் பிறகு எல்லாரும் ஒரே இடத்தில் கூடுவது எத்தனை பெரிய மகிழ்ச்சி. வெற்றிதான் முழு முயற்சியும் எடுத்தான். முதலில் சொன்ன ஊட்டி கதை மாத்திரமல்ல, அந்தச் சந்திப்பில் நினைவு கூரப்பட்ட எந்தக் கதையையும் இங்கு பகிர்ந்து கொள்ள முடியாது. அத்தனையும் பாலியல் அனுபவக் கதைகள். எங்களுடைய கதைகளை நீங்கள் வேறு எங்கும் கேட்டு இருக்கவும் முடியாது. ஒவ்வொருவருக்குமான பாலியல் அனுபவம் என்பது கல்லூரியிலோ, அதற்கு முன்போ கூடத் தொடங்கியிருக்கலாம். வெளிப்படையாக அதைச் சொல்வதற்குத் தைரியம் வேண்டும். 23 ஆண்டுகளுக்குப் பிறகும் கூட நேற்றுப் போலத்தான் இருக்கிறது, வாழ்க்கை. அங்கே வந்திருந்த எல்லாருக்குமே ஒருவர் மற்றவரைப் பிரிய மனமில்லாமலேதான் பிரிந்து வந்தோம். அந்த இரண்டு நாட்களும் கால எந்திரம் எங்கள் எல்லாரையும் தொண்ணூறுகளின் துவக்கத்தில் அழைத்துப் போய் விட்டு விட்டது. கல்லூரிக் கால நினைவுகள் எல்லாம் என்றும் அழியாதவை. உடலுக்குத்தான்

வயது ஆகிறதே தவிர மனதுக்கு இல்லை என்பதை அனுபவப்பூர்வமாக நாங்கள் உணர்ந்த நாள் அது.

தஞ்சாவூர் ஜில்லா சாப்பாட்டு வகைகளுக்குப் பேர் போனது. ஒவ்வொரு பகுதிக்கும் மாயவரம், கும்பகோணம், தஞ்சாவூர், திருவாரூர், நாகப்பட்டினம், மன்னார்குடி, திருத்துறைப்பூண்டின்னு வெவ்வேறு வகைப்பாடு. மரக்கறி சாப்பிடுறவங்க, வகை வகையாகக் குழம்பு வைப்பாங்க. அப்படி மாயவரம் மாவட்டத்துல ஒரு வகைதான் ‘பொரிச்ச குழம்பு’.

தண்ணீர் கொதித்ததும் சாம்பார் மிளகாய்த்தூள் போட்டு, கொதி வந்ததும், நறுக்கி வைத்திருக்கும் காய்கறிகளை (கத்தரிக்காய், முருங்கைக்காய் அல்லது மாங்காய்) போட்டு வேகும் வரை காத்திருக்க வேண்டும். முன்னதாக துவரம் பருப்பு மூன்று பங்கு, பச்சைப் பருப்பு ஒரு பங்கு, வெண்கல பருப்பு குண்டில் பெருங்காயம், மஞ்சள்தூள் போட்டு வேகவைத்து எடுத்து வைத்திருக்க வேண்டும். குழம்புச் சட்டியில் காய் வெந்ததும் பருப்பைக் கடைந்து ஊற்றி, உப்புப் போட்டு கொதி வந்ததும் வெங்காய வடகம் தாளித்து இறக்கினால் பொரிச்ச குழம்பு தயார்.

புளி சேர்க்காத குழம்பு என்பதால் தொட்டுக் கொள்ள மாங்கொட்டை வத்தலை ஊறப்போட்டு, தயிர் விட்டுத் தாளித்து, பச்சடி செஞ்சி வைப்பாங்க. அப்பளத்தை விறகடுப்பு தணலில் சுட்டு நெய் தடவி தருவாங்க. இதை, பொரிச்ச குழம்பு மாங்கொட்டை பச்சடி சுட்ட அப்பளம் என்று ருசி அறிந்தவர்கள் சொல்லுவாங்க. இதைப்போல, நடனத்தில் ‘பந்தநல்லூர் பாணி’ என்று உண்டு. சுவர் ஓவியங்களில் ‘ராசாங்கம் பாணி’ என்பது தனிக் கவனம் பெறும். அப்படித்தான் கோட்டோவியங்களில் ஒவ்வொருவருக்கும் ஒரு தனித்த பாணி உண்டு. சமையலில் ருசிக்கு இணையாக வாசனைக்குப் பங்கு இருப்பது போல் கோட்டோவிய முறைகள்ல வரைபடத்துக்கு நிகராக வரைபவர்களும் இருக்காங்க.

ஐரோப்பியப் பாணியிலயிருந்து விடுபட்டு வரணும்ங்கிறதுக்காக என்னோட ஓவியப் பாணியை ரெண்டு விதமாப் பிரிச்சுகிட்டேன்.

ஒண்ணு, சென்னை, அண்ணா சாலையில இருக்கற விக்டோரியா டெக்னிகல் இன்ஸ்ட்டிடியூட்டுக்காக வாரம் ஒரு படம் வரைஞ்சு கொடுப்பேன். அதுக்கு வாராவாரம் 1800 ரூபாய் கொடுப்பாங்க. அதுக்காகவே அதை தொடர்ந்து செஞ்சேன். அது என்ன மாதிரியான படம்னா, ஆடு மேய்க்கிற பெண், ஆயா, மண் பானை, கோலம் போடற பெண் இப்படியான படங்கள். ஸ்கெட்ச் அடிச்சு, வாஷ் பண்ணி கடகடன்னு வரைஞ்சி ஒரு பிரேம் போட்டு கொண்டு போய்க் கொடுத்துடுவோம். அந்தப் படங்கள் மூலமா கிடைக்கற காசை வெச்சுதான் ஆர்ட் ஷோ பண்ணுவேன். ஆரம்பத்தில கிராபிக் பிரிண்ட்ல நிறைய பிளேட் மேக்கிங் பண்ணியிருக்கேன். இதற்கெல்லாம் அடிப்படை செந்தில் அண்ணன்-னு சொல்லலாம்.

1960-களுக்கு முன்பு வட்டார கலை மரபு புகழ் பெற்று இருந்தது. பல வண்ணக்காரர்கள் குடும்பம் ஒன்றுபட்ட தஞ்சாவூர் ஜில்லாவில் இருந்ததையும் நம்மால் பார்க்க முடிகிறது. அப்படியான குடும்பத்தில் பிறந்து, பல காலம் கோவில் திருப்பணிகளில் தன்னை ஈடுபடுத்திக் கொண்ட கடைசித் தலைமுறை வண்ணக்காரர்களாக இருந்தவர்களில், செந்தில் அண்ணனும் ஒருவர் ரஜினி ரசிகர். பூம்புகார் கலைக்கல்லூரியில் இளங்கலை பட்டம் பெற்ற பிறகும் முழுமையாகத் தன்னைக் கோவில் திருப்பணிகளில் ஓவிய செயல்பாடுகளில் ஈடுபடுத்திக் கொண்டவர். கிராமிய வட்டார கலைஞர்களுக்கு இருக்கும் அத்தனை கர்வமும் அவரிடம் இருந்தது. நான் தொடக்கத்தில் சொன்னது போல பிரதான ஸ்தபதிகளுக்கு, எல்லா சுதை வேலைக்காரர்களுக்கும், வண்ணக்காரர்களுக்கும் துணையாக இருந்தவர். எல்லாவிதமான தொழில் முறையும் முறையாக கற்றிருந்தார். செந்தில் அண்ணண் எங்களுடைய ரஜினி மன்றத்தில் இருந்தார். இன்னைக்கு அவர் இல்ல.

கிட்டத்தட்ட 15 ஆண்டுகளுக்கு மேல் நான் தொடர்பில் இல்லை. நேற்று அம்மாவிடம் பேசிக்கொண்டிருந்தேன். பொதுவாக எந்த செய்தியையும் எவரிடமும் கேட்கும் வழக்கம் எனக்கு

இருந்ததில்லை. அவர்கள் சொல்ல வந்ததை கேட்டுவிட்டு விட்டுவிடுவேன். அம்மா, செந்தில் அண்ணன் மறைந்த செய்தியைச் சொன்னதும் வருத்தமாக இருந்தது. சொக்கலிங்கம், சின்னச்சாமி, சுந்தர், சேகர் என எல்லாரையும் நான் சுதை பொம்மைகளில், வண்ணக்கலவைகளில் சுவர் ஓவியங்களில் பார்த்துத் தெரிந்து கொண்டிருக்கிறேன். அடுத்து வரும் தலைமுறை கூட அவர்களை தெரிந்து கொள்ளலாம்.

செந்தில் அண்ணன் கடைசி வரை எல்லாருக்கும் துணையாக இருந்து மறைந்து விட்டார் என்பது மிகுந்த மன வருத்தத்தைத் தந்தது. புராணக்கதைகளில் துணைக்கதைகளுக்கு ஒரு அழுத்தம் இருக்கும். அப்படியான துணைக் கதைகளில் வரும் துணைக் கதாபாத்திரங்களை என்னுடைய ரசனையின் வழி கண்டடைந்தது போல செந்தில் அண்ணனை சுதை பொம்மைகளின் மேல்பூச்சுக்கு உள்ளே இருக்கும் தாமிரக் கம்பிகளில் கண்டு கொள்வேன். உங்கள் கதையை அந்தப் பொம்மைகளின், காதில் சொல்வேன் அண்ணா" என மனதிற்குள் சொல்லிக் கொண்டேன். ரஜினி அரசியலுக்கு வராததைப் பார்க்காமலேயே போய் சேர்ந்து விட்டார்.

'லலித் கலா அகாடமி ரீஜனல் சென்டர்'ல நடந்த ஆர்ட் ஷோல 'நோ பிளாக்' அப்படிங்கற படம் செலக்ட் ஆச்சு. அது பிரிண்ட் மேக்கிங்ல செஞ்ச அப்ஸ்ட்ராக்ட் படம். பிரிண்ட் மேக்கிங் பாடத்துக்கு பெருமாள்தான் எனக்கு காலேஜ்ல வாத்தியார். அப்படிக் கொஞ்சம் கொஞ்சமா டெவலப் ஆச்சு. அரூபம், அரூஉருவம், உருவம் எல்லாப் பாணியும் பண்ணியிருக்கேன். எனக்கு வெர்னாகுலர் கான்சப்டே கிடைக்கல. அதனால கல்லூரி முடிக்கறதுக்கு ஒரு ஆறு மாசம் முன்னாடியே போய் திருவாவடுதுறை மடத்துல சேர்ந்துட்டேன். சாமியாரா போயிடலாம்னு தோணுச்சு. அங்க, சைவ சித்தாந்தம் நடத்திட்டிருந்தாங்க. அதுல சேர்ந்தேன். வாரத்துக்கு ரெண்டு வகுப்புதான். சனி, ஞாயிறு முழு நாளும் நடக்கும். ஒண்ணுமே புரியாது. நான் மடத்தோட சேர்ந்து கொஞ்சம் வேலைகளும்

பண்ணிட்டிருந்தேன். மூணு வருஷம் அங்க படிச்சு, 'சித்தாந்த ரத்தினம்'னு பட்டம் வாங்கினேன். இப்ப மாத வகுப்பா மாத்திட்டாங்கன்னு நினைக்கறேன். வைத்தியனாதன்னு அவர்தான் அங்க எனக்கு வாத்தியார்.

அப்போதான், எனக்குத் தமிழ் மொழி சார்ந்த புலமையான விஷயங்கள் தெரிஞ்சது. ஆர்வமும் ஏற்பட்டது. எங்க அத்தையெல்லாம் தருமபுரம் ஆதினத்துல தமிழ் படிச்சவங்க. தருமபுரம் ஐயான்னே எங்க பாட்டியோட அப்பா இருந்தாரு. தருமபுரம் ஆதீனத்துக்கும் போக ஆரம்பிச்சேன். அப்புறம், தமிழ் சார்ந்து நிறையப் படிக்க ஆரம்பிச்சேன். கண்டதைப் படிச்சேன். ஞானசம்பந்தம் பதிப்பகம்னு இருந்தது, அங்க ஒருத்தர் இருந்தார். அவர் பேரு பஞ்ச நாதன். அவர் புத்தகத்தையெல்லாம் படிப்பேன். ஒரு மூணு வருஷம் படிச்சேன். அதுக்கு முன்னே சினிமா ஆர்ட் டைரக்ஷன்ல இருந்தேன். அது பிடிக்காமதான் இங்க வந்துட்டேன். அதுல ரஜினி சங்கருக்கு பெரிய வருத்தம்.

கேந்திரிய வித்யாலயத்துல ஓர் ஓவிய ஆசிரியர் பரீட்சை வெச்சாங்க. எனக்கு வடகிழக்கு இந்தியா போகணும்னு ஆசை இருந்தது. அங்க ரைஸ் பீர் குடிக்கலாம், வேற மாதிரியான நிலம், மக்களைப் பார்க்கலாம்னு தோணுச்சு. அதனால அந்த பரீட்சைய எழுதிப் பாஸ் பண்ணினேன். ஆனா ஒரே பையன்றதால, அப்பா போகக்கூடாதுன்னு சொல்லிட்டார். எங்க ஊர்ப் பக்கத்துல திருக்கலாச்சேரின்னு ஒரு கிராமம். அங்க 'ஹமிதியா'ன்னு ஒரு பெரிய கல்வி நிறுவனம் இருந்தது. அங்க வேலைக்கு வரச் சொன்னாங்க. ஆனா போகல. நாகப்பட்டினம் நடராஜன் தமயந்தி பள்ளிக்கூடத்துலயும் வேலை இருந்தது. அது இடைநிலை ஓவிய ஆசிரியர் வேலை, அதுக்கும் போகல. அப்புறம் டெல்லி போயிட்டேன். அங்க போய் சுத்திட்டிருந்தேன். அதுக்கப்பறம் வேற மாதிரியா எல்லாம் மாறுச்சு. பிறகு 1999-இல் அண்ணா யுனிவர்சிட்டிக்கு வந்து நுண்கலை உரையாளரா வேலையில சேர்ந்தேன். இப்ப உதவிப் பேராசிரியரா இருக்கேன். டிஜிட்டல் ஆர்க்கிடெக்சர்லாம் இங்க இருந்தது. ஓவியம் குறித்த ஆய்வுகள்

செஞ்சுகிட்டிருக்கேன். நிறைய ஆய்வுக் கட்டுரைகள் எழுதியிருக்கேன். நான்கு ஆய்வுக் கட்டுரைகள் ஜர்னல்களில் வெளியாகியிருக்கு. அதுல இரண்டு விருது வாங்கியிருக்கு. வேலையை பொறுத்தவரை, வெர்னாகுலர் சிஸ்டத்துல வர்றதுக்கு உதவியா இருந்தது சைவ சித்தாந்தப் படிப்புதான்.

டெல்லியிலயிருந்து சென்னை வந்த பிறகு, கொஞ்ச நாள் கழிச்சு வெங்கட்சாமிநாதன் அறிமுகமாகிறார். அவரும் டெல்லியில இருந்து சென்னை வந்து மடிப்பாக்கத்துல இருக்கறார். அவர் வந்த நாள்லயிருந்து அவரோட இருந்திருக்கேன். அவர்கிட்டே தினமும் சாயங்காலம் போயி பேசிட்டிருப்பேன். ந. முத்துசாமி, ராமானுஜம், கந்தசாமின்னு எல்லாரையும் பார்ப்பேன். நடேஷ், கோணங்கின்னு எல்லாரோடயும் ஒரு புரிதல் இருந்தது. ஞானக்கூத்தன், ஆத்மாநாம் இவங்க ரெண்டு பேரும் நண்பர்களாக இருந்தார்கள். லலித் கலா அகாடமிக்கு மதியம் சாப்பிடறதுக்கு வருவாங்கன்னு சொல்லுவாங்க. பக்கத்துல ஞானக்கூத்தன் ஆபிஸ் இருந்தது. ஓவியர்கள், எழுத்தாளர்களோட தொடர்ச்சியான சந்திப்புகளும், சினிமா தொடர்புகளும் இருந்தன.

தமிழ் சினிமாவுல தெலுங்கு ஓவியர்களோட ஆதிக்கம் அதிகம். இன்னைக்கும் அதான் நிலை. தமிழ் கமர்ஷியல் ஆர்ட் பெருசா டெவலப் ஆகல, ஆகவும் வாய்ப்பில்லை. அதுக்கு நிறையக் காரணம் சொல்லலாம். ஏன்னா அது அவ்வளவு உழைப்பைக் கேக்கும். பொதுவாத் தமிழ்நாட்டில உள்ளவங்க உழைக்கறதுக்கு கஷ்டப்படுவாங்க. சும்மா உக்காந்திருந்து சாப்பாடு போட்டா, சாப்டுட்டு காலாட்டிட்டு உக்காந்துட்டிருப்பாங்க. வேலை செய்யணும்னா செய்ய மாட்டாங்க. உழைக்கவும் தகுதியில்ல, வாழவும் தகுதியில்ல, மேனா மினுக்கித்தனம்னு சொல்வாங்க இல்லையா, தொப்புள்ல கஞ்சின்னுவாங்க. தொப்புள்ல கஞ்சியிருந்தா கூட யாராவது எடுத்து வாயில ஊட்டணும். அதை எழுந்து குடிக்கக்கூட சோம்பேறித்தனம்.

உழைப்பு, சிந்தனை அப்படின்னு ரெண்டு விதமா இதைப் பார்க்கலாம். தஞ்சாவூர் ஜில்லாவைப் பொருத்தவரை சிந்தனைதான்

முன் நிற்கும், உழைப்பு கஷ்டம். சிந்தனை அப்படிங்கற இடத்துலயிருந்துதான் எல்லாமே பிறக்குதுன்னு நம்பினாங்க. இன்னைக்கு வரை நம்பறாங்க. சிந்தனைதான் ஒரு பெரிய கலாச்சார மாற்றத்தை உண்டு பண்ணும், பெரிய வெடிப்பை ஏற்படுத்தும் அப்படிங்கற நம்பிக்கை அவங்களுக்கு எப்பவுமே உண்டு. கிராஃப்ட்டை விட சிந்தனையத்தான் நம்பினாங்க. நானும் அதைத்தான் நம்பறேன். கிராஃப்ட்டை நம்பி அதுல ஒரு மயக்கத்தை செலுத்திட்டீங்கன்னா எம்ஜிஆர்தான். அதைத் தாண்டி எந்த நடிகரையுமே நீங்க பார்க்க முடியாது. நீங்க சிந்தனையைப் பார்க்கணும்; அப்படிங்கறதுதான் தஞ்சாவூர் ஜில்லாவோட ஒரிஜினல்.

தஞ்சாவூர் ஜில்லாவைப் பொருத்தவரைக்கும் கரகாட்டத்துலயும் கிரியேட்டிவிட்டி இருக்கு, கல்யாண மணவறை செய்யறதிலயும், பானை செய்யறதிலயும் கிரியேட்டிவிட்டி இருக்கு. அதுக்கு சிந்தனையத்தான் அவங்க பின்புலமா வெச்சாங்க. உழைப்பை எந்த காலத்துலயும் வைக்கல. உழைப்பு இரண்டாம்பட்சம்தான். உழைப்பு கிராஃப்ட்டை மட்டும்தான் உருவாக்கும். போலச் செய்தலைத்தான் ஊக்கப்படுத்தும். போலச் செய்தல் வழியா நீங்க எதையுமே அடைய முடியாது. எந்த உயர்வையும் அடைய முடியாது. அதனாலதான் அவங்க சிந்தனை மரபை முன்னெடுத்தாங்க. அதனாலதான் நிறைய பேர் அங்கிருந்து எழுத வந்தாங்க. எம். வி. வெங்கட்ராம், கரிச்சான் குஞ்சு, சித்தி ஜூனைதா பேகம், தி. ஜானகிராமன், தஞ்சை ப்ரகாஷ், வெங்கட் சாமிநாதன், இன்னைக்கு இருக்கற சாருநிவேதிதா போன்ற பலர் எழுத வந்தாங்க. ஓவியர்களைப் பொருத்த வரையிலும் அதே மாதிரிதான்.

அப்போ, சிந்தனைக்கும் உழைப்புக்கும் என்ன மாதிரியான தொடர்புன்னு பார்க்கணும். இப்ப நீங்க பாபா அட்டாமிக் சென்டர்னு ஒன்றைப் பற்றி படிக்கிறீங்க. பாபா யாருன்னு பார்த்தா அவர் சிந்தனைதான். அவர் ஸ்பானர் மாதிரியான டூல் பிடிக்கிறவர் கிடையாது. அப்போ சிந்தனை மரபுக்கு யாரெல்லாம்

முக்கியத்துவம் கொடுக்கறாங்கன்னா ஒரு ஆற்றுப்படுகையில இருக்கற நாகரீகத்தோட உச்சத்துல இருக்கறவங்கதான் இதைச் செஞ்சிருக்காங்க. அசோகமித்திரன் கூட மாயவரத்துல பிறந்தவர்தான். இந்திரா பார்த்தசாரதி, ஏன், தி.க.சி. கூட ஒரு தடவ மாயவரம்தான் என் சொந்த ஊர்னு சொல்லியிருக்காரு. அதுமாதிரி, மாயவரம், கும்பகோணம், காவிரிக்கரை அப்படிங்கறது சிந்தனை மரபுக்குத்தான் முக்கியத்துவம் கொடுத்திருக்காங்க. நீங்க பசுமாட்டை நுகத்தடியில கட்டி சேத்துல அடிச்சா என்ன ஆகும்? அதேதான். அப்போ அததுக்கு ஒரு பாக்கெட் இருக்குன்னா, *Thought Process* சிந்தனைச் செயல்பாடுதான் முக்கியம். கிராஃப்ட் இல்லன்னு முடிவெடுத்தாதான், நீங்க மேற்குலகத் தாக்கத்தை மறுக்கறதாவும் வட்டார (வெர்னாகுலர்) பாக்கெட்டை ஆதரிக்கறதாவும் அர்த்தம். இதான் அந்த ஒன் லைன்.

அப்போ நீங்க எந்த இடத்துலயிருந்து கான்சப்டை பிடிக்கறீங்கன்னா, நான் சைவ மரபை ஒரு கான்சப்ட்டா பிடிக்கறேன். அப்போ, சித்தாந்தம். தத்துவரீதியா சைவ சித்தாந்தத்தை ஒரு கான்சப்ட்டா வெச்சுக்கறேன். சைவ சித்தாந்தத்துல இருக்கற நுட்பங்களையெல்லாம் தூக்கி யெறிஞ்சுடறேன். அதே போல மேற்குலகத் தாக்கம் இருக்கற எதுவுமே வேணாம்.

எது அழகியல்னு நான் சொல்றேன்னா, மறந்து போகறதுக்கும் ஞாபகம் வெச்சுக்கறதுக்கும் நடுவுல ஒரு *state of mind*, என்ன *output*-ஐ கொடுக்குமோ, என்ன *expression*-ஐ கொடுக்குமோ அதுதான் என்னோட எழுத்து, என்னோட ஓவியம், என்னோட வாழ்க்கை. காலையில என்னன்னு ஞாபகம் இருக்காது. அடுத்தது என்ன. தெரியாது. இப்ப என்னவாயிருக்கோ. பேசிட்டிருக்கேன், அவ்வளவுதான். இது மாங்கா அப்படின்னா, மா..ங்..கா. அப்படின்னு தமிழ்ல, *Mango*-ன்னு ஆங்கிலத்துல, பச்சைக் கலர்ல மரத்துல காய்க்கும்னு இப்படியெல்லாம் அது சார்ந்த ஞாபக அடுக்குகள் இருக்கில்லையா, அதெல்லாம் இல்லாம புதுசா ஒண்ணு தோணுச்சுன்னா, உங்களால தோண வைக்க முடியும்னா அதுதான் *work of art*-னு நினைக்கறேன். மொழியாவோ,

காட்சியாவோ, சுவையாவோ, ருசியாவோ, வாசனையாவோ, பயன்பாடாவோ ஞாபகம் வரக்கூடாது. எதுவாகவுமே ஒண்ணு ஞாபகத்துக்கு வராமல் உங்களுக்கு ஒரு பொருள் புரியணும்னா அதுதான் என்னோட work of art. அதைத்தான் நான் எழுத்தில விஷூவலக் கொடுக்கணும்னு நினைக்கறேன்.

கல்லூரியில் படிக்கும் காலத்தில் இந்தியாவைச் சுற்றிப் பார்ப்பது பாடத்திட்டத்தில் இருந்த காரணத்தால், ஆண்டுதோறும் 23 நாட்கள் பயணம் செய்து சுற்றி வருவோம். அப்படி தென் இந்தியா, வட இந்தியா, மத்திய இந்தியா என மூன்று பிரிவுகளாக மூன்று ஆண்டுகளில் சுற்றி வருவது வழக்கம். மத்திய இந்தியாவில் கஜுராஹோ, போபால், பீம்பேட்கா, சாஞ்சி என சரித்திர முக்கியத்துவம் வாய்ந்தக் கலைக்களஞ்சியங்கள் நிறைந்த ஊர்களுக்குப் போகும் பொழுதே, நம்முடைய கலைப் பயணத்தின் நோக்கம் புரிந்து போகும்.

வரலாற்றின் பக்கங்களில் இந்தியக் கலை இலக்கிய மானுட வரலாறு அழுத்தமாக எழுதப்பட்டிருப்பது மத்திய இந்தியாவின் கிழக்குப் பகுதியில்தான். இன்றளவும் பழங்குடியின மக்கள் தங்களுடைய அடையாளங்களை மாற்றிக் கொள்ளாமல் வாழும் வெகு சில இடங்களில் சித்ரகூட் சுற்றுப் பகுதிகள் முதன்மை பெறும். மத்திய பிரதேச மாநிலத்தின் தலைநகரான போபால், நவீன கட்டடக்கலை, பாரம்பரியக் கட்டடங்கள், தொன்மையான குகை ஓவியங்கள் கொண்ட கலைஞர்களுக்கான தேடுதல்களைப் பூர்த்திசெய்யும் கலவையான பிரதேசம். இப்படித்தான் என்னுடைய பயணத்தின் தொடர்ச்சியில் போபால் பலமுறை தன்னை இணைத்துக் கொண்டது.

2013-ஆம் ஆண்டு மொழிபெயர்ப்பாளர் சைலஜா, மலையாள எழுத்தாளர் பேராசிரியர் கல்பட்டா நாராயணன் எழுதி வெளிவந்த நாவலைத் தமிழுக்கு 'சுமித்ரா' என்ற பெயரில் கொண்டு வந்தார். அந்த நாவல் திரைப்படமாகவும் வந்திருக்கிறது. நான் போபாலில் சுற்றித் திரிந்த போது பழங்குடியின மக்களின் கலை, கலாச்சாரம்,

வாழ்க்கை, உணவு போன்றவற்றால் ஈர்க்கப்பட்டு அவற்றின் பாதிப்பில் படங்களை உருவாக்க முனைந்த நேரத்தில், ஷைலஜா தன்னுடைய நாவலின் பிரதியைப் படிக்கக் கொடுத்தார். அதற்கான அட்டைப் படத்தையும், உள் அத்தியாயங்களுக்கான படங்களையும் கேட்டிருந்தார். என்னுடைய எண்ணியல் படைப்புகளின் தொகுப்பு நூலைப் பார்த்து, அதிலிருந்து ஒரு படத்தை முன் அட்டைக்குத் தேர்ந்தெடுத்துக் கொண்டார். அதைப்போல, உள்பக்கங்களுக்காகப் பிற படங்களும் வேண்டும் என்றார். அப்பொழுது உருவான பயணம், கஜுராஹோ, பீம்பேட்கா, போபால், சித்ரகூட் என இருபது நாள்கள் சுற்றித் திரிந்து முப்பது விதமான படைப்புகளை உருவாக்கி, அவற்றிலிருந்து தேர்ந்தெடுத்துக் கொள்ளக் கொடுத்தேன்.

'சுமித்ரா' நாவலை எல்லா விதத்திலும் வாசிப்பு அனுபவத்தோடு கரைத்துக் கொடுப்பதாக இந்தப் படங்கள் இடையிடையே அச்சிடப்பட்டிருக்கும். கிட்டத்தட்ட ஒரு மாத காலம் எடுத்துக்கொண்டேன். அதன் பிறகு ஏழு ஆண்டுகளுக்கு அப்பால் ஒரு தொற்று நோய், உலகை முடக்கிப் போட்ட பெருந்தொற்றுக் காலத்தில், கல்கி பத்திரிகையின் பிரதான ஆசிரியர், காதலுக்குரிய அமிர்தம் சூர்யா, சுமித்ரா நாவலில் இடம்பெற்றிருந்த படங்களிலிருந்து ஒன்றை எடுத்து முகநூலில் பதிவிட்டு கவிதை எழுத அழைப்பு விடுத்தார்.

'சுமித்ரா' நாவல் ஒரு கவிதை. 'கல்பட்டா நாராயணன்', தலைசிறந்த எழுத்தாளர். இப்படிப் பல விதங்களில் சுமித்ராவின் கதை சொல்லப்பட்டிருந்தாலும், என்னளவில் என் பயணங்களின் அனுபவத்தில் உருவாக்கிய படைப்பு வழி கதையை இயைந்து சொல்ல முயற்சித்து இருப்பேன். அப்படியான ஒரு படைப்புக்குப் பலரும் கவிதை எழுதியிருந்தது மிகுந்த மகிழ்ச்சியைத் தந்தது. இயற்கையோடு இயைந்த கலை வாழ்வு, எளிமையாகத் தன்னுள்ளே புதைத்து வைத்திருக்கும் அழகியலை எத்தனை எத்தனை விதமான கற்பனைகளுக்குத் தன்னை ஒப்புக் கொடுக்கும் என்பதற்கு, இந்த நிகழ்வு ஓர் உதாரணம்.

இப்படித்தான் ஒருமுறை, சுந்தரபுத்தன் 'புளி உலுக்கு' எனும் கதையை ஐதராபாத்தில் நான் இருந்த சமயம் அனுப்பி வைத்து, அதற்கான படம் வரைந்து தருமாறு கேட்டார். என்னுடன் அப்போது வந்திருந்த ரவிசுப்பிரமணியத்தை மாடலாக வைத்து கோட்டோவியங்கள் வரைந்து அனுப்பி வைத்தேன். மிகவும் பொருத்தமாக இருந்ததாகச் சொல்லி அதனை வெளியிட்டார். அந்தக் கதை, முறை தவறிய உறவு குறித்த கதை. பல ஆண்டுகளுக்குப் பிறகு நான் கணையாழியில் பணி செய்த போது, அந்தக் கதையை எழுதிய சிவக்குமார் முத்தையாவை சந்திக்க நேர்ந்தது. பின்னர் தெரிந்து கொண்டேன், அவருக்கும் திருவாரூர், ரவி சுப்பிரமணியத்திற்குக் கும்பகோணம், சுந்தரபுத்தனுக்கு ஒரத்தநாடு, எனக்கு மன்னார்குடி.

இயற்கையோடு இயைந்த கலை வாழ்வு எப்படிப் பொருந்திப் போகிறது என்பதற்காக இதைச் சொல்லுகிறேன். இப்படித்தான் படைப்புகள் பலவும் பார்வையாளனின் கற்பனையைத் தூண்டி, அவனுடைய சிந்தனைக்கு வித்திடுவதன் வழியே தன்னைக் கலைக்கான கலையாகத் தகவமைத்துக் கொள்கிறது. இதன் வழிதான் மக்களுக்கான கலை பிறக்கிறது. மக்களுக்கான கலை சாதனங்களை, பிரச்சார உத்திகளை வடிவமைக்கும் கலைஞர்களுக்கு ஊக்கமாக, உந்துசக்தியாக இருக்கும் கலைப் படைப்புகளில் காணப்படும் அனுபவம், செய்நேர்த்தி, வெளிப்பாடு ஆகியனவற்றைத் தாண்டி சிந்தனை முதன்மையாக இருப்பதை நம்மால் பார்க்க முடியும்.

'மொழி' கருவியாக மட்டும் இல்லாமல் கலைச் சாதனமாகவும் கையாளப்படுவது மொழிக்கான இலக்கணத்தைக் கட்டமைக்கிறது. அதைப் போலவே கலைக்கருவிகள், காட்சிக்கலை வரலாற்றில் நிகழ்ந்திருக்கும் மாற்றங்களை உள்வாங்கி வெளிப்படுத்தும் போக்கு 1800-களில் துவங்கிவிட்டது. இரண்டாயிரத்துக்குப் பிறகு கணினி பயன்பாடு பெரிதாக ஆக்கிரமித்துக் கொண்ட வேளையில் புகைப்படம், கோட்டுச் சித்திரம், வண்ணக் கலவை எனப் பல்லூடகப் பயன்பாட்டின் வெளிப்பாடாகச் சித்திரக்காரர்களின் கலை வெளிப்பாடுகள் நமக்குக் கிடைக்கின்றன.

என்னுடைய இந்தப் படைப்பு அவ்வகைமையைச் சாரும். என்னுடைய கலைப் பயணத்தில் விவான் சுந்தரம் முன்னெடுத்த புதிய கலைக்கோட்பாட்டின் வழி பயணிப்பதும், பலரும் பயணித்து புதிய புதிய உத்திகளைக் கண்டடைந்து வெளிப்படுத்திய படைப்புகளின் வழி இன்றைய சமகாலக் காட்சிக் கலை உலகம் பயணிக்கிறது என்றும் சொல்ல முடியும். எனக்கான பிரத்தியேகமான வெளிப்பாட்டு முறைமையைக் கண்டடைந்து பயணித்துக் கொண்டிருக்கிறேன்.

விருதுகள்னு பார்த்தா, அகில இந்திய அளவில் இரண்டு வாங்கியிருக்கேன். மாநில அளவில் மூன்று விருதுகள் கிடைச்சிருக்கு. கலைஞர் கையால, 2007-இல் தமிழக அரசிடமிருந்து கலைமாமணி விருது வாங்கியிருக்கேன்.

பொதுவாவே, ஸ்கூல் படிக்கற போதிருந்தே வாசிக்கறது, எழுதறது, வரையறது இதான் பண்ணிட்டிருந்திருக்கேன். ஒரு முறை ஓவிய விமர்சகர் ஒருத்தர் கேக்கறாங்க. "ஏன் சீனிவாஸ், உனக்கு மறக்கறதுக்கும் ஞாபகம் வெச்சுக்கறதுக்கும் நடுவுல உள்ளதுதான் கான்சப்ட். ஒரு வெர்னாகுலர் கான்சப்ட்னு சொல்ற. அப்புறம் உன்னோட வெளிப்படுத்தற விதத்தை ஒரே டூல் வழியா செய்யற. சாக்பீஸ், பிரஷ், கலர் இப்படியாவே பண்றதுலதான் உன் வெளிப்பாடு (way of expression) இருக்கு" அப்படின்னு கேக்கறாங்க. இது எல்லாமே ஒரு டூல்னு அப்பதான் எனக்குத் தெரியுது. இந்த டூல் வழியா மட்டும்தான் express பண்ண முடியுமா, மைக் கொடுத்தா அது வழியா express பண்ண முடியாதா, எழுதினா அது வெளிப்படுத்தற டூல் இல்லையா? எதுவாயிருந்தாலும் அது ஒரு டூல்தான். அது வழியாப் பண்ண முடியும்னா அதையும் பண்ணிப் பாக்கறோம். பயணத்துல ஒரு த்ரில் இருக்குன்னா அது பரிசோதனை முயற்சியிலயும் இருக்கு. அப்படித்தான், மொழியை ஒரு மீடியமாக கையாண்டு பார்க்கிறேன். இந்தப் பேச்சுமொழியில் அமைந்த காகிதப்பூ நாவலைக் கூட உதாரணமாகச் சொல்லலாம்.

Dipanker Mukhopa

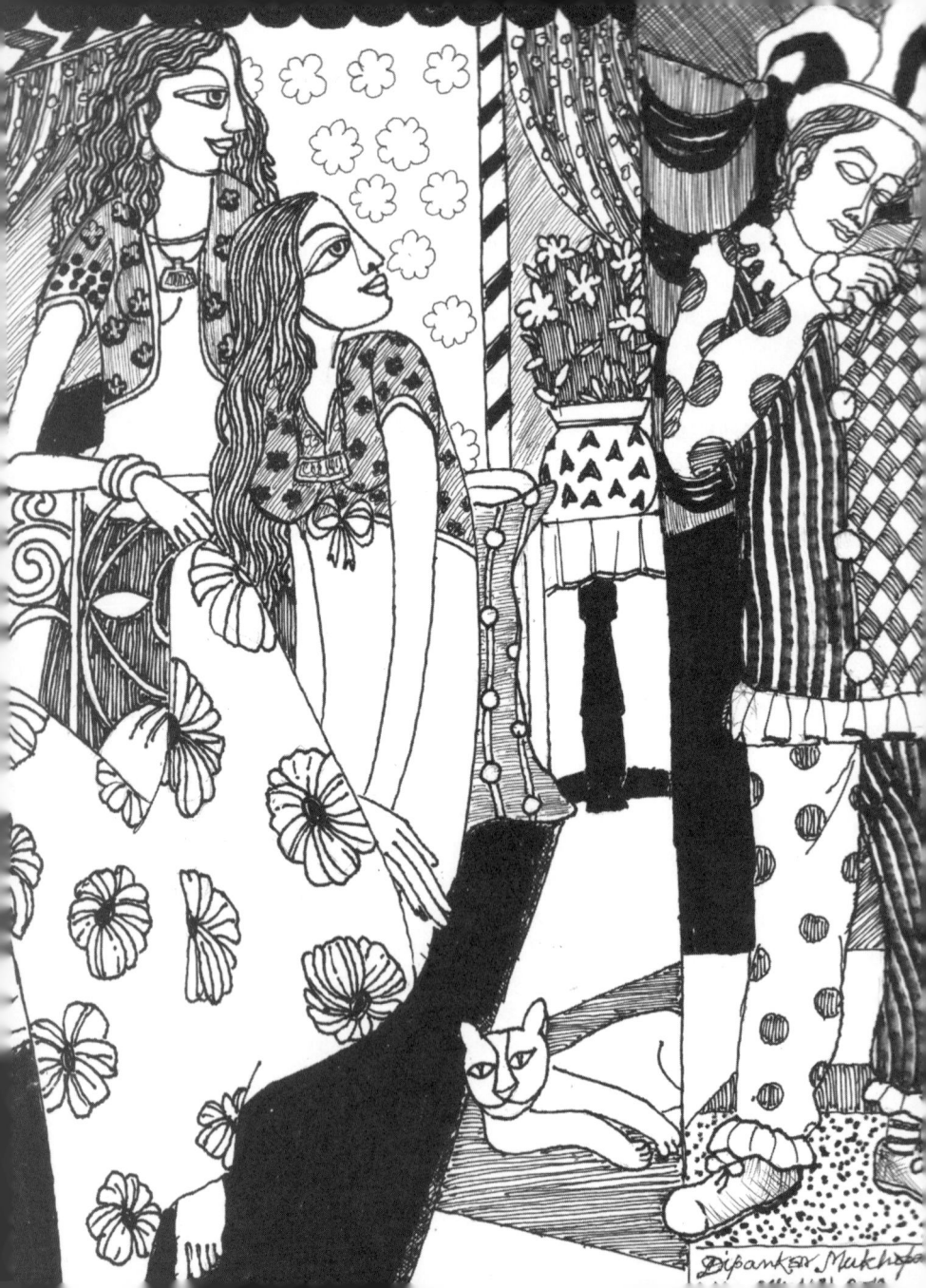

அப்படித்தான் விடம்பனம் நாவல், தாளடி நாவல், நம்மோடுதான் பேசுகிறார்கள் உரையாடல் தொகுப்பு, அச்சப்படத் தேவையில்லை, ‘கனவு விடியும்’ கட்டுரைத் தொகுப்புகள், ‘புனைவு’ என்ற முகநூல் பதிவுகளின் தொகுப்பு, கவிதைகள் குறித்த ‘கலை அல்லது காமம்’, இப்பொழுது எழுதிக் கொண்டிருக்கும் ‘கொட்டாரம்’ நாவல் எல்லாம் அப்படியான பரிசோதனை முயற்சிகளே. அப்படிதான் உரையாடலை பதிவு பண்றோம். அப்போ செல்போன்லாம் வர்ற ஆரம்பிச்ச காலம். பேசறதுக்கும் காசு, கேக்கறதுக்கும் காசு. என்னோட காலர் டியூன் “மொட்டுக்கள் மிக்க இருளான... பாடலுக்கு முப்பது ரூபாய், அந்த நேரத்துல என் நண்பர்கிட்ட போன்ல நீ எதையாவது கேளு, பதில் சொல்றேன்னு பேசிட்டிருப்போம், அதை ரெகார்ட் பண்ணிக்குவோம்னு சொன்னேன். இது அந்தக் காலகட்டத்தின் புதிய முயற்சி.

பட்டாபிராம் இந்து காலேஜ் தமிழ்த் துறையில் கிரியேட்டிவிட்டி பத்திப் பேசக் கூப்பிடறாங்க. அப்போ நோக்கியாவோ, வேற ஏதோ ஒரு போன். கிரியேட்டிவிட்டி பத்திப் பேசிட்டு, அந்த செல்போன்ல ஒரு நண்பருக்கு போன் பண்றேன். அவர்கிட்ட கிரியேட்டிவிட்டி பத்தி ரெண்டு கேள்வி கேக்கறேன். அவர் பதில் சொல்றார். மைக் மூலமா நான் கேக்கறதயும், அவர் பதில் சொல்றதயும் மாணவர்கள் கேக்கறாங்க. பசங்களும் கேள்விகள் கேக்கறாங்க. அவர் போன் மூலமாவே பதில் சொல்றார். எல்லாரும் கை தட்டறாங்க. நிகழ்ச்சி முடிஞ்சது. நாங்க ரெண்டு பேர் பேசினோமில்லியா, அத நாங்க அப்படியே கன்டினியூ பண்ண ஆரம்பிச்சோம். அடிக்கடி இப்படிப் பேசி நிறையப் பதிவு பண்ணோம். போதையைப் போட்டு பேசினது, அனஸ்தீஷியா கொடுக்கற பிரண்ட் ஒருத்தர் இருந்தார், அவர்கிட்ட சொல்லி செடேட்டிவ் குடுத்துக்கிட்டுப் பேசறது, இப்படிப் பேசி ரெகார்ட் பண்ணோம். அப்படிப் பண்ணதுதான் ‘நம்மோடுதான் பேசுகிறார்கள்’ புத்தகம். நானே பேசினதுதான். என்னோட ஆல்டர் ஈகோவா நண்பர் பாலசுப்ரமணியத்தை வெச்சுகிட்டேன்.

அது புதிய பார்வையில தொடரா ஒரு வருஷம் வந்தது. அப்போ மணா ஆசிரியரா இருந்தார். அப்புறம் வம்சி பதிப்பகம் அதை 2013-இல் புத்தகமா வெளியிட்டாங்க. இயக்குநர் பாலா அந்தப் புத்தகத்தை வெளியிட்டார். எஸ்.ராமகிருஷ்ணன் முன்னுரை கொடுத்து, புத்தக வெளியீட்டிலயும் பேசினார். அப்புறம், விடம்பனம் நாவல். அது ஒரு சுவாரசியமான விஷயம்.

இன்னொரு விஷயம் தெளிவுபடுத்தணும். என்னோட தலைமுறையில பிறந்தவங்க எல்லாருமே உண்மையிலேயே Gifted அப்படினு சொல்லலாம். வெளிப்படையாச் சொல்றதுன்னா, ஆரம்பத்துலயிருந்தே நல்லாப் படிக்கணும், பாஸ் பண்ணணும், வேலைக்குப் போய் நிறைய சம்பாதிக்கணும், அடுத்தவனைப் பாத்து அதைச் செய்யணும், இதைச் செய்யணும்னு எண்ணமெல்லாம் எதுவுமே கிடையாது. நானும் ரஜினி சங்கரும் ஒண்ணாவே படிச்சோம், ஒண்ணாவே ஊரு சுத்துனோம். அவன் இன்னமும் ரஜினி ரசிகனாகவே இருக்கான். ஆனால் எனக்கு, ஒரு நல்ல மீன் சாப்பாடு கொடுத்தீங்கன்னா உங்களுக்கு அடிமையாயிடுவேன். வேற ஒண்ணுமே கிடையாது. ஏன்னா, எங்களோட வீடு சைவக் குடும்பம். வீட்ல மீன் கிடையாது. யாராவது மீன் போட்டாங்கன்னா, அவங்க பின்னாடியே போயிடுவேன். வேற எந்தக் குறிக்கோளோ, நோக்கமோ எதுவும் கிடையாது. பாக்கி எல்லாமே தற்செயலானதுதான். எதிர்பாராமல் நடந்ததுதான். வந்தா வருதுன்னு நாம ஏத்துக்கறோம். ஏத்துக்கற அல்லது நிராகரிக்குற இடத்துல நாம இருக்கறோம். அதுதான் நமக்கான தகுதியா இருக்கு.

1989-ல இருந்து இந்தியா முழுக்கப் பலமுறை சுத்திட்டேன். இந்தியாவுக்குள்ள எல்லா இடங்கள்ளயும் யாராச்சும் ஒரு நண்பராவது இருக்காங்க. ஆனா எனக்கு இந்தி பேசத் தெரியாது. கையில காசில்லாமலே எல்லா ஊருக்கும் போவேன். நண்பர்கள் மூலமாவே இந்தியா முழுக்க வருஷா வருஷம் ஊர் சுத்திட்டுதான் இருக்கேன். இன்னும் சொல்லப்போனா, பங்களாதேஷ் பார்டர்ல மால்டா ஸ்டேஷன்ல ஒரு டீக்கடைக்காரன் ஃபிரண்டு.

போனன்னா, என் கூடயே அவனும் சுத்துவான். ரெண்டு பேருக்கும் ஒருத்தருக்கொருத்தர் மத்தவரோட பேரு கூடத்தெரியாது.

இப்படி, பரந்துபட்ட பயணங்கள், வாசிப்பு, நம்பிக்கை, நம் மேல், நம் மக்கள் மேல், நிலப்பரப்பு மேல் ஓர் ஆழ்ந்த கவனம், நம்பிக்கையை ஏற்படுத்தும். இன்னைக்கு நிலைமை எவ்வளவு மோசமா போயிடுச்சுன்னா, வேற ஒருத்தர் எழுதினதைத் தானே எழுதினது போல போடறதெல்லாம் நடக்குது. இது மகாக் கேவலம். இப்போ, கந்தசாமியா இருக்கட்டும், ஜெயகாந்தன், ஜானகிராமன், வெங்கட் சாமிநாதன் இப்படி எல்லாருமே எதை நோக்கியும், எதை எதிர்பார்த்தும் எதையும் செய்யவில்லை. வெங்கட் சாமிநாதன் டெல்லியில் இருந்தார். எல்லா ஆர்ட் எக்ஸிபிஷனுக்கும் போவார். அவருக்கு அது சந்தோஷமா இருந்தது, போனார். அவருக்கு ஆங்கிலம் படிக்கத் தெரியும். அதனால நிறையப் படிச்சார். அவரை நியூயார்க் டைம்ஸ் பத்திரிகையில பத்தி எழுதச் சொல்லிக் கேட்டாங்க, எழுதினார். வேற ஒண்ணும் இல்லை. பெரிய பெரிய ஜாம்பவானோட ஆர்ட் ஷோவெல்லாம் பக்கத்துல இருந்தன, பார்த்தார், சந்தோஷப்பட்டார். ஒரு படம் பாக்கறார், தியேட்டர் ஆஃப் ஸ்கூல்ல கூப்பிடறாங்க, போறார். அவ்ளோதான். வேற எதையும் எதிர்பார்க்கல. அது ஆத்ம திருப்திக்கான செய்கை மட்டும்தான். ஜானகிராமனையே எடுத்துக்கோங்க. அவர் எந்தச் சிறு பத்திரிகையிலயும் எழுதினதில்ல. ஆனா அதைப் பத்தி அவர் கவலைப்பட்டாரா, அவருடைய படைப்புகள் பேசப்படாம போயிடுச்சா?அவர் வருத்தப்பட்டதெல்லாம், இந்தப் புத்தகம் இன்னும் ரெண்டு கூடுதலா விக்கக்கூடாதாங்கறதைப் பத்திதான். அதுக்குக் காரணம், அது மூலமா ஒருத்தனுக்கு அறிவு போய் சேரும், அவனை அது மாத்தும், இந்த மாதிரி வெற்றுக்கூச்சல்களைக் கேட்டு வீணாப் போகமாட்டான், கலை இலக்கியம் சார்ந்த அமைப்புக்குள்ள வருவான், ஒரு கலாசார மேம்பாடு அடையும், ஒரு சமூகம் வளர்ச்சியடையும்-அப்படின்னுதான் நெனச்சாங்க. அதுக்காகத்தான் கூடுதலா ரெண்டு புத்தகம் விக்கலையேன்னு கவலைப்பட்டாங்க.

எனக்குப் போட்டோ ஸ்டியோ மேல ரொம்ப ஆர்வம். கெம்பு ஸ்டுடியோவுல இருந்த சுந்தரம்தான் போட்டோ எடுக்கக் கத்துக்கொடுத்தார். வயசானவர், வேட்டி கட்டிகிட்டுதான் போட்டோ எடுப்பார். இப்ப இல்லை, இறந்துட்டார்.

தெய்வ சோரப் சந்திரன், ஏழுமலை, செல்வராசன் இந்த மூன்று பேரையும் என்னால் மறக்க முடியாது. தமிழ்நாட்டின் அரசியல் தெரிந்த எல்லாருக்கும் இந்த மூன்று பெயரும் மனப்பாடம். இப்பொழுது இவர்கள் இருக்கிறார்களா, இல்லையா அதுவும் எனக்குத் தெரியாது. 1989 ஆம் ஆண்டு மெட்ராஸுக்கு வந்தபோது பம்மல் நல்லதம்பி வழியாக, இன்னும் சொல்லப்போனால் அப்போது இருந்த திராவிட முன்னேற்றக் கழகத்தின் மாவட்டச் செயலாளர்களில் ஒருவரான மதுராந்தகம் ஆறுமுகம் வழியாக இவர்களை எனக்குத் தெரியும். திடீரென்று எதற்காக இந்த மூன்று பேரையும் நான் நினைத்துக்கொண்டேன். காலையில் புகைப்படம் எடுப்பதற்காக போட்டோ வாக் நடந்தது. 1990-இல் அன்றைய ஓவியக் கல்லூரியில், மாணவர்கள் காசிமேடு மீன்பிடித் துறைமுகத்தில் ஸ்கெட்ச், மூவ்மெண்ட் ஸ்கெட்ச் செய்வது வழக்கம்.

என்னுடைய கல்லூரி நாட்களில் என்னுடன் பயின்ற வெற்றி அங்கிருந்துதான் வருவான். என்னுடன் பத்து ஆண்டுகளுக்கு முன்பு படித்த மாணவர், என் அன்புக்குரிய பாலு அங்குதான் ஸ்கெட்ச் செய்வார். இந்த ஸ்கெட்ச் என்பதை இரண்டு விதமாகப் புரிந்து கொள்ளலாம். ஒன்று, ஒருவரை இல்லாமல் செய்வது, மற்றொன்று ஒருவரை அவர் இருப்பது போலவே கோட்டுச் சித்திரம் வரைவது. இந்த இரண்டு நிலைப்பாட்டுக்கும் பொருத்தமான இடம், காசிமேடு. ராஜேந்திரன், இந்தியன் வங்கியில் மதராஸ் ஃபர்ஸ்ட் லேன் பீச் ரோட்டில் வேலை செய்தபோது, நானும் பாலுவும் அவரைச் சந்தித்து விட்டு ஸ்கெட்ச் செய்ய நோட்டு, பேனா, பென்சிலுடன் போன ஞாபகம் இன்றும் நினைவில் இருக்கிறது. இப்பொழுது அவர் எங்கிருக்கிறார் என்று தெரியாது. 20 வருடங்களுக்கு மேல் ஆகிவிட்டது. மேற்சொன்ன

இருவரும் தொடர்பில் இல்லை. இன்று first lane beach Road கடந்து, பழைய ராயபுரம் ரயில்வே ஸ்டேஷனைத் தாண்டிப் போகும்போது இந்த நினைவுகள் எல்லாம் எனக்கு வந்தன. தஞ்சை கூத்தரசன் போட்டியிட்ட இடம், டி.ராஜேந்திரன் போட்டியிட்டதாக ஞாபகம். சட்டமன்றத் தேர்தலில் விசித்திரமான களம் கொண்ட தொகுதிகளில் துறைமுகத்திற்கும், பூங்கா நகரத் திற்கும் இடம் உண்டு. திராவிட முன்னேற்றக் கழகத்தின் தலைவர் கலைஞர், பொதுச் செயலாளர் பேராசிரியர் அன்பழகன் போன்றவர்கள் அங்கே போட்டியிட்டிருக்கிறார்கள். முதல் தலைமையகமான 'அன்பகம்' அங்குதான் அமைந்திருக்கிறது. இன்றைக்கு இருக்கும் நிலைமை அங்கே வேறாகப் பார்க்க முடிந்தது.

நான், அண்ணா சமாதியைக் கடந்து பிரயாணம் செய்து பல ஆண்டுகள் ஆகிவிட்டன என்று இன்றைக்குத்தான் தெரிந்து கொண்டேன். தென் சென்னையில் இருந்து அதிகம்பேர் வட சென்னைக்குப் பயணிப்பதில்லை. வள்ளலார் மன்றம், மூன்று தெய்வங்களை ஒரே நாளில் வழிபட வேண்டும் என்பவர்கள் மட்டுமே அங்கே பயணம் செய்வார்கள். வடசென்னை, குறிப்பாக ராயபுரம் ரயில்வே நிலையம் நான் பிரதி எடுத்த பழமையான கட்டடங்களில் ஒன்று. 'ராமோஜி ராவ் ஃபிலிம் சிட்டி' உருவானபோது, அங்கு உருவாக்கப்பட்ட ரயில்வே நிலையம் ராயபுரத்தை ஒத்திருக்கும். மெட்ராஸ் மூர் மார்க்கெட், உயிரியல் பூங்கா எல்லாம் சென்ட்ரல் ஸ்டேஷனுக்குப் பக்கத்தில் ஒரு காலத்தில் இருந்தன. டாடா நிறுவனம் 'லோட்டஸ்' என்றொரு குளிக்கும் சோப்பை லைஃப்பாய்க்கு போட்டியாகக் கொண்டு வந்திருந்தார்கள். தீவுத்திடல் பொருட்காட்சி சமயத்தில் தாமரை வடிவத்தில் கூவம் நதியில் மிதக்க விட்டு அந்த சோப்பை விளம்பரப்படுத்தி இருந்த ஞாபகம் உண்டு. இப்படி பல ஞாபகங்களைச் சுமந்தபடி காசிமேடு மீன்பிடி துறைமுகத்தைக் காலை ஐந்து மணிக்குப் போய்ச் சேர்ந்தேன். போட்டோ வாக் நண்பர்கள், முரளி மோகன், ஜீவா தயாராக இருந்தனர். பல

நண்பர்களுடன் பிரசன்னா சாரும் சேர்ந்து கொள்ள இரண்டு மணி நேரம் புகைப்படம் எடுத்தோம். ஏதேதோ ஞாபகங்கள்;மாறாத இரண்டு விஷயங்கள்- ஒன்று, 'சூரியன்'. மற்றொன்று 'விடியல்'.

இந்த மாதிரி, எனக்கு ரொம்ப ஆச்சரியமா இருக்கறது என்னன்னா, எழுதணும்னு நினைச்சா எழுதறேன், வரையணும்னு நினைச்சா வரையறேன். தூங்கணும்னு நினைச்சா தூங்கறேன். தூங்கறதுதான் பிடிக்குதுன்னா தூங்கறேன். எங்கயும் வரிஞ்சு கட்டிகிட்டுப் போய் எதுக்கும் நிக்க வேண்டிய அவசியமில்ல.

என்ன சொல்ல வர்றேன்னா, போட்டோ கத்துக்கணும்னு நினைச்சேன்; ஆனா ஸ்டுடியோ வெக்க நினைக்கலை. டெம்பிள் ஆர்ட் பண்ணேனே ஒழிய, கோயில் வேலை கான்ட்ராக்ட் எடுக்கணும்னு நினைக்கவில்லை. ராணியில கேரிகேச்சர் போட்டு 100 ரூபாய் கொடுத்தாங்கன்னா, அங்கேயே வேலையில உக்கார்ந்துடல. சினிமாவுல அதிக சம்பளம், ஒரு நாளைக்கு 2000 ரூபாய் பேட்டா கொடுத்த காலத்துல அங்க வேலை செஞ்சேன். ஆனா, அங்கேயே இருந்துடல. அதுதான் திருப்பியும் சொல்றேன். பணத்துக்காக, சமூக அந்தஸ்துக்காக, மரியாதைக்காக, என்னைப் புனிதனாக் காண்பிச்சுக்கறதுக்காகன்னு எந்த வேலையையுமே செஞ்சதில்ல. அப்படியெல்லாம் எந்தத் தேவையும் இல்லை.

எனவே, சிந்தனை சார்ந்த வெளிப்பாடுகள் மட்டும்தான் முக்கியம். அதனோட ஆரம்பமும், முடிவும் எனக்கு தேவையற்றவை. அவசியமே இல்லை, அதைப்பற்றிய கவலையும் இல்ல. அது முடிவில்லாததாவோ, ஆரம்பமே இல்லாததாவோ கூட இருக்கலாம். ரிசல்ட் பத்தியும் கவலையில்ல. அந்த பிராசஸ் நடக்கறதுதான் முக்கியம். அதைத்தான் பதிவு பண்றேன்.

சைவ சித்தாந்தப் படிப்புக்குப் பிறகு, ஐஐடியிலயும், உஸ்மானியா பல்கலைக்கழகத்திலயும், டிஜிட்டல் கிராபிக்ஸ் பத்திப் படிச்சேன். டிஜிட்டல் ஆர்ட்ல முன்னோடி-ன்னு என்னைப் பத்தி இந்து நாளிதழ்ல 1999-இல் பதிவு பண்ணியிருக்காங்க. டிஜிட்டல் ஆர்ட் அப்போதிலிருந்தே பண்ணிட்டிருக்கேன். அதுல சைவ

சித்தாந்தம்லாம் மிக்ஸ் பண்ணி, வெர்னாகுலர் படங்களைப் பண்ணிப் பார்த்திருக்கேன். 1994–95 லிருந்து டிஜிட்டல் ஆர்ட் கத்துகிட்டிருக்கேன். ஆனா பயன்படுத்தல. 1999-இல் இருந்துதான் பயன்படுத்தறோம். ஏன்னா அதுக்கு பிரிண்ட், மத்ததெல்லாம் ரொம்பக் காஸ்ட்லியா இருந்தது. அப்புறம் கேன்வாஸ்ல வரையறேன். சமீபத்துல 2016 சோழமண்டலத்துல, 2017-இல் பாம்பேல பெரிய ஆர்ட் ஷோக்கள் நடத்தினேன். எல்லாமே கேன்வாஸ்ல வரைஞ்சதுதான். எல்லாமே அக்ரிலிக் ஆன் கேன்வாஸ், அப்ஸ்ட்ராக்ட் படங்கள்.

கிண்டலடிப்பது, கலகம் செய்வது, சுய பரிசோதனை செய்து கொள்வது, தீவிரமாக விமர்சிப்பது, இதன் வழியாகக் கலைக் கோட்பாடுகளை விவாதிப்பது என்ற வழிமுறை காலம் காலமாகக் கையாளப்பட்டு வருவதுதான். கடந்த 30 ஆண்டுகளில் காட்சிக்கலை எந்த அளவிற்கு விவாதிக்கப்பட்டிருக்கிறது? குறிப்பாக, கவின் கலைக் கல்லூரி, அரசாங்கத்தால் நடத்தப்படுவது நாமறிந்ததே. 150 ஆண்டுகளுக்கும் மேலாக இந்தக் கல்லூரி இயங்கி வருகிறது. இந்தோ-சார்சானிக் கட்டடக் கலை உருவாக்கப்பட்டபோது, அதற்குத் தேவையான தென்னிந்தியக் கலைஞர்களை உருவாக்கத் தொடங்கப்பட்டதுதான் அது என்ற போதிலும், பின்னாள்களில் 'ராயல் ஸ்கூல்' என்றழைக்கப்பட்ட, இங்கிலாந்தின் கலைப் பள்ளிகளை முன் மாதிரியாகக் கொண்டு வடிவம் கொண்டது. பின்னர் நடந்தது, இன்றைய நிலைமை எல்லாம் நாம் அறிந்தனவே.

இன்று முகநூலில் குழு ஆரம்பிக்கிறார்கள். கவின் கலையில், குறிப்பாகக் காட்சிக்கலைப் பிரிவில் தொடர்ந்து இயங்கி வரும் சிற்பிகளை, ஓவியர்களை, ஆசிரியர்களை, அந்தத் துறை சார்ந்த வல்லுனர்களைக் கிண்டலடிக்கிறார்கள். அல்லது, கேள்விகளுக்கு உட்படுத்துகிறோம் என்று பலரும் பதிவுகளை எழுதி மகிழ்ந்து கிடக்கிறார்கள். தங்களைத் தாங்களே கிண்டல் அடித்துக் கொண்டு தங்களைப் போன்ற பிறரையும் தாக்கி, தனிநபர் தாக்குதல்களோடு எழுதி வந்த நகைப்புக்குரிய பதிவாளர்கள் இன்று வேறொரு பிரச்சினையில் தாங்களே சிக்கியிருக்கிறார்கள்.

வளர்ந்த சமூகத்தின் கலை வெளிப்பாடுகளை அதனதன் தளத்தில் நின்று விமர்சிப்பது தவறில்லை. கேள்வி கேட்பதும், அதற்கான விடையைப் பெறுவதும் தவறில்லை. விமர்சனங்கள் விவாதங்கள் மேலெழுந்து வரவேண்டும். பிற துறை சார்ந்தவர்கள், பொதுமக்கள் நகைக்கும் படியாக அமைத்து, அரைகுறையாக எழுதி நான்கு வரி ஐந்து வரிகளில் தனிநபர் தாக்குதல்களை நடத்தி மகிழ்ந்து கொண்டிருந்த பதிவாளர்களுக்கு, இது நமக்கான காலம் அல்ல என்று புரிந்து போயிருக்கும். நாற்பது ஆண்டுகளுக்கு மேல் ஓடிப்போய்விட்டன. இப்படியான உத்திகள் பலனளிக்காமல் போய்.

புதிய தலைமுறைக் குழந்தைகள், மாணவர்கள், பெற்றோர்கள், பொதுமக்கள் ஆங்கிலத்தில் நேரடியாகப் படித்துத் தெரிந்து கொள்ளும் காலத்தில் நாம் வாழ்ந்து கொண்டிருக்கிறோம். வழக்கொழிந்து போன ஆயுதத்தைக் கையில் வைத்திருக்கிறோம், அது நம்மையே ஒரு சமயத்தில் பதம் பார்க்கும் என்று தெரிந்து கொள்ளாமல்.

முகநூலில் ஒரு சில நண்பர்கள் எனக்கு அனுப்பி வைத்த பதிவுகளைப் படித்து மனம் வருத்தம் கொண்டேன்.''கவின் கலைக் கல்லூரியின் முதுகலைப் பாடப்பிரிவில் ஓவியர்களின் வரலாறு, சமகால ஓவியர்களை விடுத்து வெகுஜனப் பத்திரிகை ஓவியர்களைத் தமிழக ஓவிய மரபு என்று சித்தரித்து, பாடமாக வைத்திருப்பதைச் சுட்டிக்காட்டி, இதை எதிர்த்து நாம் கையெழுத்து இயக்கம் நடத்த வேண்டும்'' என்று அந்தப் பதிவில் கூறப்பட்டிருக்கிறது.

சினிமா என்ற ஊடகம் தமிழ்நாட்டிற்கு வந்த பிறகு செவ்வியல் கலைகளுக்குப் பெரிய முக்கியத்துவம் இல்லை. அதுபோலவே வண்ணக் கலைப் பிரிவு மாணவர்களுக்கும், சிற்பக் கலைப் பிரிவு மாணவர்களுக்கும் பாடத் திட்டத்தில் வெகுஜனக் கலைஞர்களை அடையாளப்படுத்திப் பாடத்திட்டம் வடிவமைத்திருப்பதில் எனக்கு எந்த ஆச்சரியமும் இல்லை. இன்னும் ஐந்து

ஆண்டுகளுக்குப் பிறகு அவர்களும் காணாமல் போய் எம்பிராய்டரி, வீட்டு உள் அலங்காரம் என்றெல்லாம் கூட பாடதிட்டங்கள் வடிவமைக்கப்படலாம். மக்களின் வாழ்வியலில் கலை இல்லாமல் போனதற்கான சான்றுகள்தாம் இவையெல்லாம்.

நம்முடைய புரிதல்களை, கல்வியை, அறிவை, கலையை மக்களிடம் நாம் முறையாகக் கொண்டு சொல்லாததும் ஒரு காரணம். மக்களிடம் இருந்து பிரதிநிதிகள், பிரதிநிதிகளின் ஆட்சி, அவர்களின் கூட்டுச் செயல்பாட்டில் விளையும் கொள்கை குறிப்புகள், அதன் வழி சட்டம், சட்டத்தின் வழி பாடத்திட்டம், பாட திட்டத்தின் வழி மாணவர்கள், அவர்களிடமிருந்து சமூகம் என்ற சுழற்சியை புரிந்துகொண்டால் நாம் போராடுவதற்கு இங்கு ஒன்றும் இல்லை என்பதைப் புரிந்து கொள்ளலாம்.

நாம் கலகம் செய்ய, அதிர்ச்சி கொடுக்க, விவாதிக்க, விமர்சிக்க எதுவும் இல்லை. எப்படி இருந்தாலும் கவின் கலைக் கல்லூரிப் பாடத்திட்டம் மக்களுக்கு எதிரானது. அரசாங்கம் மாணவர்களுக்குச் செய்யும் மிகப் பெரிய துரோகம். மற்ற மாநிலங்களில் கற்றுத் தேர்ந்து வரும் மாணவர்களோடு, அவர்களின் அறிவுத்திறனோடு நம்முடைய மாணவர்கள் போட்டி போட முடியாத அளவுக்கு நம்முடைய பாடதிட்டம் அமைந்திருப்பது வருத்தமளிக்கிறது. மாணவர்கள், தாங்கள் கற்ற கல்வியை வெளிக்காட்டும் பொழுது நகைப்புக்குள்ளானால், அந்த அவமானத்தை இந்த நாடுதான் ஏற்றுக்கொள்ள வேண்டும்.

நாட்டின் மக்கள் அவமானங்களை ஏற்று, உடனடி பலனை விரும்பி பிரதிநிதிகளை உருவாக்கி விட்ட பிறகு, போராடுவதற்கு இங்கு என்ன இருக்கிறது

அறியாமையைப் போக்க வேண்டும். மக்களிடம் கலைகளைக் கொண்டு சேர்க்க வேண்டும். மாணவர்களுக்கு விழிப்புணர்வை ஏற்படுத்த வேண்டும். அவர்களுடைய சம்மதத்தோடு நாம் கலைகளை கற்பிக்க வேண்டும். நம்மில் எத்தனை பேர் இதைச் செய்யத் தயாராக இருக்கிறோம் அல்லது இருந்திருக்கிறோம்?

காகிதப்பூ

பாடத்திட்டம் ஒரு பிரச்சனை அல்ல. நம்முடைய மனநிலைதான் அல்லது வாழ்வியல்தான் எல்லாவற்றுக்குமான அடிப்படை. உலகின் தலை சிறந்த கலைஞர்களைக் கொண்ட நாடு தலைகுனிந்து அவமானத்தால் குன்றிப் போய் நிற்கிறது. இதில் எனக்கும் கூட பங்கு இருக்கிறது என்று சொல்வதில் வெட்கமில்லை.

விடம்பனம் நாவல் எழுதியதன் பின்னணியைச் சொல்லணும். 1957-க்குப் பிறகு திமுக, அரசியல் இயக்கமா, தேர்தல் அரசியலுக்கு வர்றாங்க. 1967-இல் ஆட்சி. இன்னைக்கு வரைக்கும், தி.மு.க, அ.தி.மு.க, எப்படியிருந்தாலும் ஏதோ ஒரு வகையில அவங்களுடைய கவர்ன்மெண்ட்தான் இருக்கு. இந்தத் திராவிட இயக்கங்கள் ஒரு கோஷத்தைதான் முன்வைக்கிறாங்க. அதை இன்னைக்கு ஆராய்ந்தோம்னா வெற்றுக்கூச்சல் அப்படின்னு சொல்லலாமா? சமூகத்தில் மாற்றங்களே நிகழலையா? இல்ல, இனிமே நடக்கப் போறதுக்கு இந்த வெற்றுக்கூச்சல் பயன்படப் போகுதா? இன்னைக்கு உட்கார்ந்துட்டு, இவரு எல்லாத்தையும் கெடுத்துட்டாரு, அப்படிப் பண்ணாரு, இப்படிப் பண்ணாருன்னு சொல்றது சரியா இருக்குமா? இல்ல இவர் எல்லார் பாக்கட்லயும் ஆளுக்குப் பத்து லட்ச ரூபாய் பணத்தை வெச்சுட்டு, பருப்பு விலையை ஒரு கிலோ, பன்னிரெண்டு லட்சமாக்கிட்டார்னு சொல்றதா? கொல்லையில விளையற கத்தரிக்காயெல்லாம் அழிச்சுட்டு அமெரிக்காவில் இருந்து கத்தரிக்கா வர வெச்சுத் தர்றேன்னு சொல்லி டெய்லி பேப்பர்ல கத்தரிக்கா வரைஞ்சு நக்க விடுவாரா? இப்படியெல்லாம் கேள்விகள் இருக்கு.

என்ன செஞ்சிருக்காங்க? சாதியே இல்லாத சமுதாயத்தை உருவாக்கிவிட்டுட்டாங்களா? சமதர்மமா ஆக்கிட்டாங்களா? வெறும் திராவிட இயக்கத்தை மட்டும் நாம இந்தக் கேள்விகளைக் கேக்க முடியாது. அதுல காங்கிரசும் இருக்கு. இங்க இருக்கற காங்கிரசும், திராவிட காங்கிரஸ்தான், வேற வேற கட்சியெல்லாம் கிடையாது. கம்யூனிஸ்ட் உள்பட எல்லா கட்சியும் வெற்றுக் கூச்சலோட சேர்ந்தவங்கதானா? ராஜாஜி, காமராஜர், நெடுஞ்செழியன், நெடுமாறன், மூப்பனார், சம்பத் எல்லாரும் தனியாக் கட்சி

காகிதப்பூ

ஆரம்பிச்சவங்கதான். எல்லாருக்குமே பிராந்தியம் சார்ந்து எதாவது ஒண்ணு பண்ணனும்னு ஆர்வம் இருக்கதான் செய்யுது. இந்த ஆர்வம்ங்கிறது ஆட்சி அதிகாரத்தைக் கைப்பற்றுவதா இருக்கா, இல்ல, இந்த நிலப்பரப்பை, மக்களை மேம்படுத்தறதா இருக்கா?இன்னைக்கு சாதாரணமா எல்லார் கையிலயும் ஒரு இருபது, முப்பது லட்சம் புழங்குது. இத வெச்சுகிட்டு என்ன பண்றதுன்னு மட்டும் யாருக்கும் தெரியல. ஒருத்தர் இன்னொருத்தர் கிட்ட கொடுப்பாரு, அவர் வேறொருத்தர் கிட்ட, திரும்ப இவர்கிட்டயே வரும். இதான் நடக்குது. இந்த கிரே ஏரியா, ஒரு சாதாரண கியூவுல நின்னு போகணும்ங்கற அறிவு இல்லாதது, எச்சில் துப்பக் கூடாதுங்கறது, நமக்குக் கொடுத்திருக்கற பணி மருத்துவமனைய காப்பாத்தறதுன்னா, அந்த வேலையை விட்டுட்டு வேற எல்லா வேலையையும் செய்யறதுக்கு லஞ்சம் கொடுக்கறது, பள்ளிக்கூடம் போன்ற இடங்களில் நிலவும் அரசியல், இவற்றின் மீதான கேள்விகள்.

ஐந்து கேள்வியை முன் வைக்குது விடம்பனம். ரொம்பச் சாதரணமான கேள்விகள்தான். இதைத்தான் இன்னைக்கு எல்லாரும் விவாத மேடையில உக்கார்ந்து பேசிட்டிருக்காங்க. இதெல்லாம் ஏன் அப்படிங்கறத போற போக்குல ஒரு கேள்வியை முன்வைக்குது.

இதுக்கு நெ.து.சுந்தரவடிவேலுதான் ஆதர்சம், ஆதாரம். அதை நாவல்ல சொல்லியிருக்க மாட்டேன். அவர் பெரியாருக்கு ஒரு கடிதம் எழுதறார்: "நான் கல்யாணம் பண்ணிக்கப்போறேன், இவதான் பொண்ணு" அப்படின்னு எழுதறார். பெரியார் சொல்றார், "அவங்க ஒரு நல்ல குடும்பம். நீ அப்டியெல்லாம் பண்ணக்கூடாது, அவளைக் கல்யாணம் பண்ணக் கூடாது" சொல்றார். சரி, நான் உங்களைச் சந்திக்கறேன்னு சொன்னார், நெ.து.சு. ஆனா சொன்ன நேரத்துல சந்திக்க முடியல. பெரியார், தான் போன டிரெயின்லயே இவரையும் ஏத்திட்டுப் போறார். அந்தப் பொண்ணுக்கு நீ தாலி கட்டணும் அப்டின்னு பெரியாரே சுந்தரவடிவேலு கிட்ட கன்வின்ஸ் பண்றார். சுந்தரவடிவேலு சொல்றார், அதெல்லாம்

கிடையாது. நானும் அவளும் முடிவு பண்ணிட்டோம். எங்க கேன்டீன்லயே வெச்சு மாலை மாத்திக்கப்போறோம்ன்னு. அதுக்குப் பெரியார் பதறுறார்: டேய், அவங்க குடும்பம் என்ன வந்து பார்த்தாங்கடா. கண்டிப்பா நீ தாலி கட்டித்தான் கல்யாணம் பண்ணிக்கணும்னு சொல்றார். இவரு ஒத்துக்கலை. அப்புறம் பிரசிடென்சி காலேஜ் கேன்டீன்ல ரெண்டு பேரும் மாலை மாத்திகிட்டு, நண்பர்களுக்கு தேநீர் வாங்கிக் கொடுத்து கல்யாணம் பண்ணிக்கறாங்க. இது ஒரு பதிவு செய்யப்பட்ட விஷயம். புத்தகங்களிலேயும் இருக்கு. நீங்க தேடித் தெரிஞ்சுக்கலாம்.

இதுதான் கேள்வியே. நெ.து.சுந்தரவடிவேலு மாதிரியானவங்க சாதி கலந்து, எந்தவிதமான சடங்கு சம்பிரதாயங்களும் இல்லாம சேர்ந்து வாழ்ந்து ஒரு முன்னுதாரணமா இருக்கும்போது, இதைச் சட்டமாக்கின அண்ணா, அதுக்குப் பிறகு வந்த தம்பிமார்கள் அதைக் கொள்கையோட எடுத்துட்டுப்போயி தமிழ்நாடு முழுக்க ஒரு நாப்பது ஐம்பது லட்சம் பேருக்குக் கலப்புத் திருமணம் பண்ணியிருந்தா அன்னைக்கு இருந்த ஜனத்தொகைக்கு, இன்னைக்கு சாதியே இருந்திருக்காது.

அப்போ, நாம எங்க தோற்றுப்போறோம்? அப்படிங்கற விஷயம் இருக்கில்ல. இது ஒரு கேள்வி. கலைஞர், மூப்பனார் மாதிரியானவங்க எம்ஜிஆரை எதிர்கொள்ள முடியாம, தேர்தல் ஆதாயத்துக்காக, எல்லாச் சாதி சங்கங்களையும் ஒருங்கிணைக்கறதுக்கு சின்னச் சின்னத் தலைவர்களை உருவாக்கி, குறிப்பா, கம்யூனிச, மார்க்சிய-லெனினிய அமைப்புகளில் இருந்த, ஈடுபாடுகொண்ட இளைஞர்களை அவங்கவங்க சாதியை நோக்கி திருப்பிவிட்டு, அவங்களுக்கு ஆதரவு கொடுத்து, அந்தந்த சாதியை வலுவாக்கறதுக்குப் பின்னணியா இருந்தாங்களாங்குற கேள்வியும் இருக்கு.

திராவிட இயக்கங்கள் இதுக்கு முன் எப்படியிருந்தன? சாதி சார்ந்தவங்களை உட்கட்சிக்குள்ளேயே வளர்த்துட்டுதானே இருந்தாங்க. உட்கட்சி நெருக்கடி காரணமாவும், பொதுமக்கள்

மத்தியில எம்ஜிஆரை எதிர்கொள்ள ஒரு வலுவான விஷயம் வேணுங்கறதாலயும், சாதிக் கட்சிகளை வளர்த்து விடறாங்கன்ற குற்றச்சாட்டும் இருக்கு. பொதுமக்கள் தர்ற நிதியால (Public Funding) வளர்றாங்கன்னே வெச்சுக்கோங்க. பொதுமக்களே பணம் தந்து எங்களுக்குத் தலைவரா இருங்கன்னு சொல்றாங்கன்னே வெச்சுக்கலாம். இவங்க வளர்றதுக்கு பொதுமக்கள் நிதி காரணம்னா, நாலு சீட்டு அஞ்சு சீட்டு கொடுத்து, சாதிக் கட்சிகளுக்கு அங்கீகாரம் கொடுத்தது யார்?

இது எல்லாமே தேர்தல் அரசியல் சார்ந்ததுன்னு புறம் தள்ளினோம்னா அதெல்லாம்தான் சமூகச் சீர்கேட்டுக்கும் பின்புலமா வந்து சேருது. குறிப்பா, சாதி. எந்த அமைப்பு சாதி ஒழிப்பைத் தன்னோட கொள்கையா முன் வைச்சதோ அவங்களாலேயே சாதி அமைப்புகள் ஸ்திரப்பட்டு வலுவாச்சுன்னு மக்கள் நினைக்குறாங்க. இதெல்லாம் எதனுடைய விளைவு? தேர்தல் அரசியலோட விளைவுன்னுதான் தோணுது. தமிழகத்தைப் பொறுத்தவரை, தேர்தல் அரசியலைப் பின்னாலிருந்து இயக்கியவர்கள் தலைவர்கள்தாம். இவங்களோட அரசியல் பார்வை வழியா சாதிக்கட்சிகள் வலுப்பெறுகின்றன.

வெற்றுக்கூச்சல்னு சொல்றதை polyphonic அப்படின்னு நீங்க புரிஞ்சுக்கலாம். ஒரே நேரத்துல பல குரல்கள் கேக்கறது, கேட்டுட்டே இருக்கும். ஆனா, எந்த அர்த்தமும் இல்லாத, பொருளற்ற குரல்கள் சத்தமாக் கேட்டுகிட்டே இருக்கும். அதுதான் விடம்பனம் நாவலில் கேட்கும் குரல்.

தமிழ்நாட்டின் நிலப்பகுதியில இருக்கற டெல்டாப் பகுதியில் இன்னைக்கு இருக்கற சீரழிவுகளுக்கு யார் காரணம்? மிகப்பெரிய காரணம் தண்ணீர். தண்ணீர் ஏன் வரலை? காரணத்த ரெண்டு மூணாப் பிரிக்கலாம். ஒண்ணு, இன்னைக்குப் பத்து வருஷத்துல மணல் கொள்ளை. காவிரியாத்துல தண்ணீர விட்டா, மணல் அள்ள முடியாது. ஒரு மாசத்துக்கு நூறு, இருநூறாயிரம் கோடி புழங்குதுங்கறாங்க. உண்மை நிலவரம் யாருக்கும் தெரியாது.

மாசம் ஒரு ஐம்பது ரூபா புரளுதுன்னாலும், ஆத்துல தண்ணி போச்சுன்னா அந்த மாசம் வருமானம் இருக்காது, அதனால தண்ணி விடாதன்னு சொல்லியிருக்கலாம். இருக்கலாம்தான். இதையும் மீறி இயற்கை தன் போக்குல வந்துட்டுப் போறது வேற விஷயம். அப்போ, தண்ணீர் விடாததுக்கு மணல் கொள்ளை காரணம்னு இப்ப சொன்னா, மணல் கொள்ளையே இல்லாத காலத்துல யார் காரணம்? இதுவும் விடம்பனம் நாவலில் ஒலிக்கும் கேள்வி.

பெரு விவசாயிகள் இல்லாத நாட்டுல எந்த அரசியல் கட்சிக்கும் எந்த வருமானமும் இல்லை. சிறு விவசாயிகள் அரசியல் கட்சிக்கு அம்பது, நூறு குடுக்க மாட்டாங்க. குடுக்க முடியவும் முடியாது. அப்போ, பணம் கொடுக்காத ஒரு மாவட்டத்துக்கு எதுக்குத் தண்ணி விடணும்னு பேசாம இருக்காங்களா? இப்ப கோயம்புத்தூர் மட்டும் எப்படிச் செழிப்பா ஆச்சு? தொழிலதிபருங்க தேர்தலுக்குப் பணத்தை ஒரு ஐநூறு ரூபா குடுப்பாங்கன்னு வெச்சுக்கோங்க. டெல்டா மாவட்டத்திலயிருந்து அம்பது ரூபாவக் கூடக் குடுக்க முடியாது. அப்ப அரசியல்வாதிங்க கோயம்புத்தூரைப் பாப்பாங்களா, டெல்டாவைப் பாப்பாங்களா? இந்தக் கேள்வியும் இருக்கு.

அரசியல், தேர்தல், அரசியல் இயக்கங்களால டெல்டா மாவட்டம் ஏன் இவ்வளவு பெரிய பின்னடைவை அடையுது? குறிப்பா, விவசாய நிலங்கள் ஏன் இப்படி ஆகின்றன? அப்படிங்கற கேள்வி இருக்கு. டெல்டா மாவட்டத்தில விவசாயத்தைப் பத்தி நாம ஏன் பேசறோம்னா, அதனோட கலை, கலைசார்ந்த வாழ்க்கை, அதனுடைய மேதைமை, கலாச்சாரத்தினுடைய முக்கியமான தளம். அப்ப தமிழர் கலாச்சாரம்னு நாம பேசறது எல்லா மாவட்டத்துடைய கலாச்சாரத்தையும்தான். நாயக்கர்களுக்குப் பிறகான கலப்புக் கலாச்சாரத்தைப் பேசும்போது, மராட்டியர் உள்ளிட்ட எல்லாரும் சேர்ந்து ஒருங்கமைத்த ஒரு புதிய கலாச்சார மேடையா இருந்த டெல்டா போச்சுன்னா, தமிழ்நாட்டோட கலை, கலாசாரம், பண்பாடு, கல்வி சார்ந்த எல்லாம் போச்சுன்னு

அர்த்தம். டெல்டாவே போச்சுன்னா மத்த இடத்துல என்ன மிச்சம் இருக்கும்னு யோசிச்சுக்கோங்க. அப்ப, இவ்வளவு பெரிய பேரழிவு பேசப்படாமலே இருக்குன்னா, அதை யார் பேசறது, எப்பப் பேசறது? எப்படிப் பேசறது? அதுக்கு நாமளும் கூச்சல் போடுவோம். வெற்றுக்கூச்சல்னு யாராச்சும் சொல்லிட்டுப் போகட்டும். கூச்சல் போடுவோம். ஒரு சத்தம் போடுவோம்.

ஒரு அசட்டு, அம்மாஞ்சி பிராமணன் அசட்டுத்தனமாப் பேச ஆரம்பிப்பார். போகப்போக வேற ஏதோ பேச ஆரம்பிப்பார். இது ஒரு லேயர். இரண்டு பெண்கள் நண்பர்களா இருப்பாங்க. அவங்களுக்குள்ள நடக்கற விஷயம் இன்னொரு லேயர். கீழ ஒரு குடிகாரன், ஒரு பிச்சைக்காரன், இன்னொருத்தன். இவங்க என்ன பேசிக்கறாங்கன்னு இன்னொரு லேயர். மொத்தம் இதுமாதிரி மூணு லேயர். இதுல மூணு ஷிப்ட் இருக்கு.

ஒரு தேர்ந்த எழுத்தாளன், கொலை மிரட்டலுக்கு ஆளாகி, தான் எழுதவே போறதில்லன்னு அறிவிக்கற அளவுக்குப் போறான். ஆரம்பம் வந்து பார்த்தீங்கன்னா ஒரு செழிப்பான மருதம் வாசகர் வட்டத்துல ஆரம்பிக்கும். நடுவுல ஒரு சினிமா வரும். இது ஒரு மூணு ஷிப்ட். அப்போ ஒன்பது சதுரங்களாக அது பிரியுது. ஒரு சதுரத்தைத் திருப்புனீங்கன்னா, ஒன்பது சதுரமாத் தெரியும். கலைடாஸ்கோப் மாதிரி. இதுதான் விடம்பனம் நாவலின் வடிவம்.

அப்போ, விடம்பனம் நாவலை நீங்க *polyphonic*-ஆ புரிஞ்சுகிட்டாலும்சரி, *contemporary politics*-ஆ புரிஞ்சுகிட்டாலும் சரி, இல்ல, பெரிய தோல்வியாவோ, வெற்றியை நோக்கிப் போற வழியாவோ எந்த மாதிரிப் புரிஞ்சுகிட்டாலும், எப்படிப் புரிஞ்சுகிட்டாலும், இதனோட உண்மைகள் முதல்ல சிரிப்பை கொடுத்தாலும் போகப் போக வலியைக் கொடுக்கும். அது காஞ்சிபுரம் மாவட்டமா இருந்தாலும் அதேதான். மதுரை, திருநெல்வேலின்னு எந்த மாவட்டமா இருந்தாலும் அதேதான். இங்க என்ன நிகழ்ந்திருக்கோ அதேதான் எல்லா இடத்திலயும் நிகழ்ந்திருக்கு. அதுல ஒரு உலகளாவிய நூலிழை என்னன்னா,

எல்லா இழைகளுமே பாசிட்டிவை நோக்கிப் போனதில்லை. பேரழிவை நோக்கிதான் போயிருக்கு. விடம்பனம் நாவலும் பேரழிவைப் பத்திதான் பேசியிருக்கு. என்ன பேரழிவுன்னா ஒரு பெரிய கலாசார சீரழிவை, அதனோட காரணங்களைப் பேசுது. இப்படி இருக்கலாமான்னு பேசுது, கிண்டலடிக்குது, ஒரு satire மூலமா அதைச் சொல்லுது.

நோக்கம் இல்லாத பயணம், சமகால வாழ்வியல், கலைஞனுக்கு அசை போட ஏராளமான வலிகளை நினைவுகளாக விட்டுச் செல்கிறது எனப் புரிந்து கொண்டதன் வெளிப்பாடு. எந்த ஊடகத்தின் வழியாக இருந்தாலும், வருங்காலத்தின் மேல் வைக்கும் நம்பிக்கையின் வெளிப்பாடுதான் என் கலையும் வாழ்வும்.

எங்க அம்மாவோட ஊருல, 'நம்பிக்கை' அப்படிங்கறதுக்கு மூஞ்சூரு-ன்னு ஒருத்தன் இருந்தான். அம்மாவோட ஊரு எங்க இருக்குன்னா, நாகப்பட்டினத்துல இருந்து மீனம்பலநல்லூருக்குப் போயி, மீனம்பலநல்லூரிலிருந்து திருக்குவளைக்கு ஒரு ரோடு பிரியும். அந்த ரோட்டுல திருக்குவளைக்கு ஒரு மைல் முன்னாடி ரோட்டு மேலயே இருக்குற ஊருதான், மேல வாழக்கரை. அந்த ஊரு முழுக்கவே தாத்தாவோட அப்பாவுக்குச் சொந்தமா இருந்தது. தாத்தா பேரு 'ராஜகோபால்'. அவர நடுப்பண்ணை ஐயான்னுதான் கூப்பிடுவாங்க. நடுப்பண்ணை வீடு இருனூறு வருசத்துப் பழைமையுள்ள ஓட்டு வீடு. வீட்டுக்குப் பின்னாடி தென்னந்தோப்பு, தோப்புக்கு அப்புறம் குளம், குளத்தைத் தாண்டினா 'சந்திரமதி ஆறு'. அதனாலதான் எங்க அம்மாவுக்குப் பேரு 'சந்திரா'. அந்த ஊர்லதான், மூஞ்சூரு அப்படிங்கிற சுப்பிரமணி, மாடு மேச்சிக்கிட்டு இருந்தான். எங்க வீட்லயும் அவன்தான் மாடு மேய்ப்பான். தாத்தாகிட்ட 50 மாடுகளுக்கு மேலயே இருந்துச்சு. அதுங்கள்ள எருமைக்கிடா அஞ்சு ஜோடி, வண்டி மாடு நாலு ஜோடி, பசுமாடு பத்து, மீதி எல்லாம் எருமை மாடுங்கதான்.

வீட்டுக்கு முன்னாடி சேரடிக்கொல்லை-னு ஒரு பெரிய கொல்லை. மொத்த வீடும் ஒரு ஏக்கரில் பரந்து விரிந்து இருக்கும்.

தாத்தா வீட்டுக்குப் போறப்பல்லாம் சுப்பிரமணி கூடச் சேந்து மாடு மேய்க்கப் போவேன். பூவரச எலையில பீப்பீ செய்றது, களிமண்ணுல பொம்மை செஞ்சு நெருப்புல சுட்டு விளையாடுறது, மரத்துல ஏறி கிளிக் குஞ்சுகளப் புடிச்சுக் கூண்டுல அடைச்சு விக்கிறது, உடும்பு பிடிக்கிறது- இப்படி எல்லாத்தையும் கத்துக் குடுத்தவன், மூஞ்சுருதான். எனக்கு நடவுப் பாட்டுப் பாடத் தெரியுதுன்னா, அதுக்குக் காரணமும் மூஞ்சூருதான்.

நல்லா ஞாபகம் இருக்குது. நான் மூணாவது படிக்கும் போது நாகப்பட்டினத்துல புயல் அடிச்சுச்சு. கீழையூர் வரைக்கும்தான் பஸ் ஓடுச்சு. அதுக்கப்புறம் ஒரு நாள் நான், அப்பா, அம்மா எல்லாரும் நடந்துதான் வாழக்கரைக்குப் போனோம். புயலடிச்ச மூணு நாலு மாசம் நான் அங்கேயே தங்கிட்டேன். எங்க பெரிய தாத்தா வீட்டுல மாடு மேச்சிக்கிட்டு இருந்த கொட்டாங்கச்சிதான் எனக்குப் பீடி பிடிக்கக் கத்துக் கொடுத்தான். ராத்திரியெல்லாம் வேஷம் போட்டுக்கிட்டு டான்ஸ் ஆடுறது, அந்த கிராமத்து ஆட்டம், பாட்டம், சிலம்பம், எல்லாமும் நான் கத்துக்கிட்டன். சீர்காழிக்கு வந்த பிறகு இதையெல்லாம் நான் ரஜினி சங்கர் கிட்ட சொல்லிருக்கேன். அவனுக்கு இது மேல எல்லாம் எந்த ஆர்வமும் இல்லை. பொழுதன்னைக்கும் அவனுக்குத் தெரிஞ்சதெல்லாம் சினிமா மட்டும்தான்.

கொஞ்சம் கொஞ்சமா எனக்குக் கிராமப்புற மக்கள் பாடுற பாட்டு மேலயும், உடும்புத் தோலைப் பானை வாயில கட்டி அடிக்கிற மேளத்து மேலயும் ஆர்வம் அதிகமாச்சு. ஒவ்வொண்ணாத் தேடிப் போய்க் கத்துக்கிட்டன். ரஜினி சங்கருக்கு லைட் மியூசிக்னா ரொம்பப் பிடிக்கும். அவன் சினிமாப் பாட்டத் தேடிப் போயிட்டான். அப்பதான் எங்க ஊர்ல காரை சுப்பையா-ன்னு ஒரு சினிமா இசைக்குழு வயல்ல மேடை போட்டு ஒரு நிகழ்ச்சி நடத்துனாங்க. நானும் ரஜினி சங்கரும் விடிய விடிய கேட்டோம். அப்புறம் அங்கிங்கு-னு ஒரு இசைக்குழுவோட கச்சேரி நடக்கும். இப்படிக் கொஞ்சம் கொஞ்சமா ரஜினி சங்கர் முழு நேர சினிமாப் பைத்தியமாவே மாறிட்டான். அதுல இருந்தே,

நான் பொல்லாதவன்.

பொய் சொல்லாதவன்..

என் நெஞ்சத்தில் வஞ்சங்கள் இல்லாதவன்.

வீண் வம்புக்கும் சண்டைக்கும் செல்லாதவன்.

கை கட்டி, வாய்மூடி, யார் முன்னும் நான் நின்று

ஆதாயம் தேடாதவன்.

அந்த ஆகாயம் போல் வாழ்பவன்.

அப்படீன்னு வாழ ஆரம்பிச்சான். மூர்த்தி டெய்லர் கடையில பாம்பே டையிங் காலண்டர் மாட்டி இருப்பாங்க. அதுல ஸ்ரீதேவியோட முழு உருவப்படம் போட்டுருக்கும். ரஜினி சங்கருக்கு அதுக்குப் பக்கத்துலயே ரஜினிகாந்த் படத்தை வைக்கணும்னு ஒரே ஆசை. உடனே போயி ரஜினி படம் வாங்கிட்டு வந்து அந்தக் கடையில ஒட்டி விட்டுட்டான். மூர்த்தி அண்ணன் கடையில, ரஜினி சங்கருக்கு முன்னாடியே சிவாஜி பைத்தியம் ஒருத்தன் சுத்திக்கிட்டு இருப்பான். அவன் பேரு, மணி. அவனுக்கு சிவாஜின்னா உசுரு. எனக்கு அவனைப் பாத்தாலே பயமா இருக்கும். யாராச்சும் அவன் கிட்டப் போனா, கல்லெடுத்து அடிப்பான். அக்கவுண்டன்ட் சார் பையனை மட்டுந்தான் அவன் அடிக்க மாட்டான். ஏன்னா, அவன் பேரு 'சிவாஜி'. இப்படி எங்க ஊரு முழுக்க சினிமா பைத்தியங்கள் நிறைய இருந்ததைப் பார்த்திருக்கிறேன். எங்க அப்பா காலத்துல 'எம்.ஜி.ஆர் மன்றம்' வந்திருக்கும். அதுக்கப்புறம் எங்க காலத்துல 'ரஜினி மன்றம்'. எனக்கு சினிமாப் பாக்குறதுக்கு மட்டும் பிடிக்கும்.

ரஜினி படம் மாதிரிக் கோர்வையா எனக்குக் கதை சொல்லத் தெரியாது. கதை சொல்லவே வராது. என்னோட ஞாபகத்துல இருந்து உருவம் குடுத்துச் சொல்றது இது. நொண்டி நாடகம் பாக்குற மாதிரி தொடர்ச்சியில்லாம, விட்டுவிட்டு இருக்குன்னு நீங்க நெனைக்கலாம். எப்பவுமே எனக்கு ரஜினி சங்கர் பத்தின

கவலை இருந்துக்கிட்டே இருக்கும். அதே மாதிரிதான் தமிழ் மொழியில இருக்குற மரபு இலக்கியங்களைப் பத்தியும். இதுவரைக்கும் நான் சொன்ன கதையில, அந்த என்னோட தெரு, அங்க இருக்குற காந்தி பூங்கா, அதுக்குப் பக்கத்துல இருந்த தென்னந்தோப்பு, தோப்புல இருந்த ரஜினி சங்கரு, அவனோட கதை, அதுக்குள்ள என்னோட கதை. இப்படி பாப்புலர், அதாவது வெகுஜன ரசனைக்கும், கொஞ்சமே கொஞ்சம் தீவிர ரசனைக்கும் நடுவுல இருக்குற கதைதான் எங்க கதை. அப்படிப் பாத்தா, அதுல இருந்து உருவானவந்தான் சினிமா இசைக்கலைஞன் 'சந்திரபோஸ்'. 1980-களில் திரை இசையில் சந்திரபோஸ் பாடல்கள் பிரபலமாக இருந்தன. ரஜினி சங்கருக்கு அவர் மேல பாசம் அதிகம். ஏன்னா ரஜினியோட 'மனிதன்' படத்துக்கு அவர் இசை அமைச்சதுனால.

அப்பல்லாம், நான் சீர்காழி மூவரைப் பத்தி ரஜினி சங்கர் கிட்டப் பேசுவேன். அவன் காதுல எதுவும் விழாது. தேவாரப் பண் இசையப் பத்தியெல்லாம் அவனுக்கு எந்தக் கவலையும் இல்லை. இன்னைக்கும் ஊருல ஒரு புறம்போக்கு இடத்துல சீர்காழி மூவர் மணிமண்டபம் கட்டி, அதுக்குப் பூட்டுப் போட்டு வெச்சதோட அரசாங்கம் தன் கடமையை முடிச்சுக்குச்சு. எங்க வீட்டுக்கு சர்க்குலேஷன்ல நியூஸ்பேப்பருங்க, பத்திரிகைங்க போட்டுக் கிட்டு இருந்த சட்டையப்பன் இசை ஆசிரியராக வேலை பாக்குறாரு. கொஞ்ச நாளைக்கு முன்னாடி மக்கள் தங்களது அன்றாட வாழ்க்கையில இசை கேக்குறத ஒரு பழக்கமா வச்சிருந்தாங்க. அதுலயும் சினிமாப் பாட்டு அதிகம் பேரப் போயிக் கவர்ந்தது. ரேடியோவுல கொஞ்ச வருசம் கர்நாடக சங்கீதம் ஒலி பரப்புனாங்க. அப்பவும், கேக்குறவங்கதான் கேட்டுட்டு இருந்தாங்க. நான் எதுக்காக வருத்தப்படுறது?தெரு முழுக்க, ஊர் முழுக்க, ரஜினி சங்கருங்க நிரம்பிக் கெடக்குறதப் பாத்தா, இல்ல, எல்லா ரஜினி சங்கர்களும் சிந்தனை வளர்ச்சி பெற்று வேறு ஒரு தளத்துக்கு வரலையேன்னு நினைச்சா?எனக்கு எந்தக் கவலையும் இல்லை. எனக்கு ஒரு நண்பன் இருந்தான்,

இப்பவும் இருக்கான். அவனுக்கு ரஜினியைப் பிடிச்சிருக்கு. அவ்வளவுதான். ரஜினியை ஏன் புடிச்சி இருக்குன்னு அவனக் கேட்டா, ஒனக்கு எதுக்கு டி.என்.ராஜரத்தினத்த, ஜி.என்.பாலசுப்பிரமணியத்தப் புடிச்சிருக்குன்னு கேட்கக் கூட அவனுக்குத் தெரியாது. அந்தத் தெரியாது தான் ரஜினியோட வியாபாரம். இல்லை. இல்லை. ரஜினியை வைத்து வியாபாரம் செய்யுற 'அவங்களோட' வியாபாரம். இல்ல, ரெண்டு பேருக்குமான கூட்டு வியாபாரம். எப்படியோ அரசாங்கத்துக்கு வரி கட்டுற மாதிரி ரஜினிக்கும் கட்டுறது. அதுக்கு முன்னாடி யாருக்கெல்லாம் கட்டுறதுன்னு மக்கள் முடிவு செஞ்ச பிறகு, ரஜினி சங்கர் மட்டும் என்ன செஞ்சுற முடியும்.

மகாராஜாக்கள் கலைகளை ஆதரிச்சு வளர்த்ததைப் பத்தி நாம் கேள்விப்பட்டு இருப்போம். எந்த நேரத்துல 'எல்லாரும் இந்த நாட்டு மன்னர்கள்'-ன்னு சொல்ல ஆரம்பிச்சாங்களோ. அன்னைக்கு, மலிந்த கலை விற்பனர்கள் பணத்தை மக்கள் கிட்ட இருந்து அபகரிக்க ஆரம்பிச்சாங்க. பணம் போனா சம்பாதிக்கலாம். மானம் போனா?வாழ்க்கை போனா? இந்த சமூகமே கேலிப் பொருளா நிக்குறப்ப, அதை என்னால பாக்க முடியல.

இதையெல்லாம் அன்னைக்கு ராத்திரிதான் ரஜினி சங்கர் கிட்டப் பேசிக்கிட்டு இருந்தேன். அவன் வழக்கம் போல ஒரு பாட்டில் விஸ்கியைக் குடிச்சிட்டு,

"ராமன் ஆண்டாலும் ராவணன் ஆண்டாலும்
எனக்கொரு கவலையில்லே ஓய்
நான் தாண்டா என் மனசுக்கு ராஜா
வாங்குங்கடா வெள்ளியில் கூஜா
நீ கேட்டா கேட்டதை கொடுப்பேன்
கேக்குற வரத்தை கேட்டுக்கடா"

பாட்ட சத்தமாப் பாடி, லுங்கி டான்ஸ் ஆடிக்கிட்டு இருந்தான். அப்பதான் சொன்னான்:

"இன்னும் பத்து நாள்தான். தலைவர் கட்சி ஆரம்பிக்கிறாரு" எனக்கு, "மறுபடியும் மொதல்ல இருந்தா!." அப்படின்னு தோணுச்சு.

ஒரு முழு வாழை இலையில் கரிக்கட்டையாய்ப் போயிருந்த அவனுடைய உடல் சுற்றப்பட்டிருந்தது. வராண்டாவில் கிடந்த பெஞ்சில் சடலத்தைக் கிடத்தி இருந்தார்கள். மாயவரம் இடைத் தேர்தல் முடிவை அகில இந்திய வானொலியில் மாற்றி அறிவித்ததால் வந்த வினை. திமுக-வில் தொண்டன் சத்தியசீலன் ஜெயித்தார் என்ற செய்திக்காகக் காத்திருந்தபோதுதான் இந்த விபரீதம் நடந்துவிட்டது. எம்ஜிஆரின் தலைமையிலான கட்சி மாயவரம் இடைத்தேர்தலில் வெற்றி பெற்றுவிட்டதாகத் தவறாக அறிவிப்புச் செய்த வானொலி நிலையம், கடைக்கோடித் தொண்டனின் உயிரைத் திருப்பித் தர முடியுமா எனத் தெரியவில்லை. நானும் ரஜினி சங்கரும் அரசு மருத்துவமனை வளாகத்தில் நின்று கொண்டிருந்தோம். நாங்கள் இருவருமே மாயவரம் இடைத்தேர்தலில் வேலை பார்த்தவர்கள்தாம். அனல் பறந்த பிரச்சாரம். கோ.சி. மணியும் வை. கோபால்சாமியும் கூடப் பொறுப்பாளர்களாக நியமிக்கப்பட்டிருந்தார்கள். அப்பொழுதுதான் நான் முதன்முதலாக டி.ராஜேந்தரை மேடையில் சந்தித்தேன். அடுக்கு மொழியில் பேசி, ராஜன் தோட்டத்தில் கூடியிருந்த அத்தனை பேரையும் கட்டிப் போட்டார். பிரச்சாரப் பாடல் கேசட்டுகள் மட்டும் எட்டோ ஒன்பதோ பாடி இசை அமைத்திருந்தார். ஒவ்வொரு கேசட்டிலும் பக்கத்திற்கு நான்கு பாட்டு.

அடுத்த நாளே, அதே ராஜன் தோட்டத்தில் அதிமுகவினர் ஜெயலலிதாவை வைத்துக் கூட்டம் போட்டார்கள். கிட்டப்பாவின் மறைவிற்குப் பிறகு மாயவரத்தைக் கைப்பற்றும் முனைப்பு எம்ஜிஆருக்கு அதிகமாகவே இருந்தது. ஆனால் நாங்கள் வெற்றி பெற்றிருந்தோம். ரஜினி சங்கர்தான் கொடிகளைக் கட்டி, தோரணங்களைத் தொங்கவிட்டு, வெற்றிவிழாக் கொண்டாட்டத்திற்கான எல்லா

ஏற்பாடுகளையும் செய்திருந்தான். மாயவரம் பஸ் ஸ்டாண்டில், அண்ணா புத்தகத்தைக் கையில் ஏந்தியபடி நடந்து வருவது போன்ற முழு உருவச்சிலை இன்றைக்கும் எனக்கும் சங்கருக்கும் பிரமிப்பை ஏற்படுத்துகிறது. அதைக் கையெடுத்துக் கும்பிடாமல் ஒரு நாளும் நாங்கள் வேலையில் திரும்பியதில்லை. என்னைப் போலவே ரஜினி சங்கரும் தீவிரமான திமுக. காரன்தான். சீர்காழியில் பெரிய தேர் ஓடிக்கொண்டிருந்த காலம் ஒன்று இருந்தது. தேர் கட்டுவது அத்தனை சுலபமில்லை. ரஜினி சங்கர் தேர் கட்டுவதில் வல்லவனாகத் திகழ்ந்தான். அவனுடைய தாத்தாவிடம் இருந்துதான் அவன் அதைக் கற்றிருக்க வேண்டும். அவருடைய பெயர் பெரியதேவன். ஆடுதுறையிலிருந்து சீர்காழிக்குக் குடியேறிய குடும்பம் மூன்றாவது தலைமுறையாக ரஜினி சங்கரில் வந்து நிற்கிறது. தென்னை மரத்திலிருந்து குருத்தோலையை வெட்டி வந்து, அதைப் பின்னி அழகிய உருவங்களாக மாற்றி, சப்பரம் கட்டுவதில் வல்லவனாக இருந்தான்.

இப்படித்தான் மெட்ராஸ்ல என் கூட அவன் இருந்தப்ப, எங்களோட கட்சித் தொண்டர்களான இடிமழை உதயன், மேலப்பாளையம் ஜஹாங்கீர், கோவை பாலன், நொச்சிப்பட்டி தண்டபாணி, உப்பிலியாபுரம் வீரப்பன் ஆகியோர் தீக்குளித்து இறந்தார்கள். எல்லாருடைய மரணத்திற்கும் காரணம் என்னவென்று என்னால் சொல்ல முடியவில்லை. கூடவே ரஜினி சங்கரும் என்னோடு வந்திருந்தான். ஓர் இயக்கத்தின் கொள்கைகளை ஏற்றுக்கொண்டு வாழ்வதற்கும், அவ்வியக்கத்தின் மறுமலர்ச்சிச் சிந்தனையாளனாக இருப்பதற்கும் என்ன வேறுபாடு என நினைத்துப் பார்க்கிறேன். என்னிடம் பதில் இல்லை. மாயவரம் இடைத் தேர்தலில் நாங்கள் வேலை பார்த்த போது இருந்த அதே வேகம் இன்றைக்கும் இருக்கிறது. ரஜினி சங்கருக்குத் தலைவன் இல்லை. எனக்கு, தலைவன் தேவையா என்ற கேள்வி வந்துவிட்டது. இந்திய நாட்டின் சட்டத்தை எதிர்த்துப் போராடிய இளைஞர்கள், ஜல்லிக்கட்டுக்குத் தடை என்ற தீர்ப்பைத் திருத்தி

எழுதினார்களே, தாமாகத் திரண்டு வந்தார்களே, அவர்களுக்கு யார் தலைமை ஏற்றது? யாரை அவர்கள் தலைவர்களாக ஏற்றுக் கொண்டார்கள்? என்றெல்லாம் எண்ணம் சுழன்றடித்தது.

ரஜனி சங்கர் பத்தாவது படிக்கும் போது நான் அவனிடம் ஒரு நாள் கேட்டிருக்கிறேன்,

“ஒருநாள் வேலைக்குப் போனா எவ்வளவுடா சம்பளம்?”

“15 ரூபா டா”

நான் வாய்பிளந்து நின்றேன். நானெல்லாம் ஒரு நாள் முழுவதும் கடையில் நின்று முட்டாய் விற்றால் ஒண்ணரை ரூபாய்தான் கிடைக்கும். எனக்கும் வேலைக்குப் போக வேண்டும் என்ற நினைப்புத் தோன்றியது. ரஜினி சங்கர் கைவசம் பல வித்தைகளை வைத்திருந்தான். அப்போதுதான் ‘படிக்காதவன்’ படம் ராஜா தியேட்டரில் வெளியானது. செல்வமுருகனும் நானும் ரஜினி சங்கரும் பந்தல் போட்டுக் கொடி கட்டினோம். பெரிய பெரிய தட்டி வரைந்து வைத்தோம். தட்டி வரைந்து கொடுத்தவன் சேகர்தான் என்றாலும் அதைக் கட்டிக் கொடுத்தது என்னவோ சங்கர்தான். எப்படி இருந்தாலும் 150 ரூபாய்க்கு செல்வ முருகன் வாட்சை விற்க வேண்டி இருந்தது. இப்படித்தான் வாழ்க்கை போக வேண்டும் என்று நினைத்தானோ? அவன் போக்கில் ஓடிக்கொண்டிருந்த வாழ்க்கையை இழுத்துப் பிடிக்க எங்கள் இருவராலும் முடியவில்லை. கரிக்கட்டையாய்ப் போய்விட்ட உடம்பு எங்கள் கண் முன்னே நின்று தொந்தரவு செய்து கொண்டிருந்தது. திமுகவு-க்கு மிகப்பெரிய வெற்றி கிடைத்தும் தொண்டன் ஒருவன் தீக்குளித்து இறந்து போனதை இன்றைக்கும் என்னால் நம்ப முடியவில்லை. ரஜினி சங்கர்தான் என்னிடம் சொன்னான்,

“எவ்வளவு பெரிய முட்டாள்டா இவன். இப்பத் தோத்தா என்னடா, அடுத்த எலெக்ஷன்ல ஜெயிச்சிருக்கலாம்ல.”

“உண்மைதான், உண்மை என்றுதான் தோன்றுகிறது. நானும்

கூட பத்தாவது ஃபெயிலானாலும் திரும்பத் திரும்ப எழுதி பாஸ் பண்ணிட்டேன். ரஜினி சங்கர் அதற்கு எந்த முயற்சியும் எடுக்கவில்லை. அவன் அப்பா அவன்கிட்ட கேட்டப்ப,

"சதீசே ஃபெயிலாயிட்டான்-ப்பா. நான் படிச்சு என்ன பண்ணப் போறேன்?" என்று காகிதப்பூ செட்டிங் கடை வைத்துவிட்டு உட்கார்ந்து விட்டான் ரஜினி சங்கர்.

ஒரு நாள் ராத்திரி 1 மணி இருக்கும். தெருவுல ஒரு சத்தம். அப்போ எட்டாவதோ ஒன்பதாவதோ படிச்சுக்கிட்டு இருக்கேன். எந்திரிச்சு ஓடிப் போயிப் பாத்தா.. காந்தி பூங்காவுக்குப் பக்கத்துல இருந்த தென்னந்தோப்புல நெருப்பு பத்திகிட்டு எரியுது. ஊரே சேந்து போராடி நெருப்பை அணைச்சிடுச்சு. அப்பல்லாம் தண்ணி வண்டின்னு சொல்ற ஃபயர் சர்வீஸ் மாயவரத்துல இருந்துதான் சீர்காழிக்கு வரணும். 'கண கண'ன்னு மணி அடிச்சுகிட்டு அந்த வண்டி வந்து சேர்றதுக்கு அரைமணி நேரமாவது ஆகும். ஊர் மக்கள் எல்லாருமாச் சேந்து பக்கத்துல இருந்த கரிக்குளத்திலிருந்து தண்ணியை மொண்டு ஊத்தி தீய அணைச்சிட்டாங்க.

எரிந்தது ரஜினி சங்கரோட வீடு. ஊரே கூடி நின்னப்ப அவன மட்டும் காணவில்லை. அவங்க அம்மாதான்,

"புள்ளையக் காணமே, கட்டையில போறவன். எங்க ஒழிஞ்சான்னு தெரியலையே"-ன்னு அழுது புலம்புனாங்க. மூணு நாளைக்கு அப்புறம் அவங்க அப்பா கடன் வாங்கி, கீத்து, மூங்கில் கழி வாங்கி வீட்டைக் கட்டினார். பத்துப் பதினஞ்சு ஆளுங்க, அவங்க வீட்டுல எப்பவும் கீத்து மொடையற வேலையில இருந்ததால சுலபமாக் கட்ட முடிந்தது. எல்லாப் பொருளும் எரிஞ்சி சாம்பலாப் போச்சு.

மூணு, நாலு நாளைக்கு அப்புறம், ரஜினிசங்கர் திரும்பி வந்தான்.

"எங்க போயிருந்தன்னு தெரியுமா" ன்னு கேட்டுட்டு, அவனே தன்னோட சாகசக் கதையையெல்லாம் சொன்னான்.

“வீடு எரிஞ்சு போச்சு, தெரியுமாடா”ன்னு கேட்டேன்.

“தெரியும்டா.. அன்னைக்கு ராத்திரி நான்தான் சிகரெட்டைத் தூக்கிப் போட்டுப் பிடிக்கிறேன்னு கூரையில தீயப் பத்தவச்சுட்டேன். அதாண்டா பயந்து ஓடிப் போயிட்டேன்.”

இப்படித்தான் ஒவ்வொரு நாளும் ரஜினி படத்தைத் தாண்டி ரஜினி சங்கரோட கதை போயிட்டு இருந்தது. அவங்க அக்கா கல்யாணம் வந்தது. அவங்க அப்பா வைத்திருந்த பத்தாயிரம் ரூபாய்ப் பணத்தைத் தூக்கிட்டு ஓடிட்டான். கேட்டா, கும்பகோணம் தியேட்டர்ல பொல்லாதவன் படம் பார்க்கப் போனதாச் சொன்னான். அவங்க அத்தான்தான் கூட்டிட்டு வந்தாரு. பணம் எங்கன்னு கேட்டா, போற வழியில தலைவர் படம் ரிலீசானதுக்குன்னு நடந்த ஃபன் எல்லாத்துக்கும் கொடுத்திட்டதாச் சொன்னான்.

ஒரு நாள் பொன்னுசாமி, எனக்கும் ரஜினி சங்கருக்கும் ஒரு கதை சொல்லிட்டு இருந்தான். என்ன கதைன்னா, அத்துவானக் காட்டுல ஒரு சிங்கம் நாலு குட்டிங்களோட வாழ்ந்துச்சு. ஒரு நரி, அந்தச் சிங்கக் குட்டிங்களச் சாப்பிடணும்னு ஆசைப்பட்டுச்சு. தீபாவளி வந்துச்சு. பலகாரம் சுட்டுத் தர்றேன்னு சுள்ளி பொறுக்கிட்டு வரச்சொல்லி, அந்த நாலு குட்டிங்களையும் ஒண்ணொன்னாக் கடிச்சுத் தின்னுடுச்சு-அப்படின்னு ஒரு கதையைச் சொன்னான் பொன்னுசாமி. ரஜினி சங்கர் சொல்றான்:

“இதுல நம்ம தலைவர் நடிச்சா நல்லாயிருக்கும், இல்லடா?”

“டேய், இது சிங்கக் கதைடா..” அப்படின்னு சொன்னேன்.

“தலைவரும் சிங்கம்தான்டா.”

எனக்கு என்ன சொல்றதுன்னு தெரியல.

“நரி யாருடா?”

“நரி.. வேற யாரு, நம்ம கமலஹாசன்தான்.”

“கமலஹாசனா!”

“ஆமாண்டா. நம்ம தலைவருக்கு இப்ப இருக்குற ஒரே போட்டி கமலஹாசன்தான். சிவாஜி, எம்ஜிஆர் ரெண்டு பேருந்தான் இப்ப இல்லையே.”

“அப்படின்னா, போற போக்குல இப்படியெல்லாமாடா கதை எழுதுவீங்க?!” அப்படின்னு ஒரே ஆச்சரியமாப் போச்சு. அப்புறம் பொன்னுசாமி அசந்து தூங்குன பெறகு, நாங்க ரெண்டுபேரும் ரஜினிக்குக் கதை எழுத ஆரம்பிச்சோம். அந்தக் கதையை இன்னைக்கு வரைக்கும் படமாக்க முடியல. படமாக்க நினைத்தது நான் இல்லை, ரஜினி சங்கர்தான். எப்படியாவது ரஜினியை வைத்து ஒரு படம் எடுக்கணும்னு அவனுக்கு ஆசை. அந்த ஆசைக்காக மூர்த்தி டெய்லர் கடையில வந்து உட்கார்ற ராஜா அண்ணன் கிட்டப் போயி,

“நீங்க டைரக்ட் பண்ணுங்க அண்ணே, நான் கதை எழுதுறேன்”னு சொன்னான்.

அவரே பாவம். ஐம்பது வயசு ஆகியும் சினிமாவுல ஒரு வரி கூட எழுத முடியாமத் தோத்துப் போய் ஊருல வந்து உக்காந்திருக்காரு. அவரு என்ன சொல்லுவாரு, சரின்னுதான் சொல்லியிருப்பாரு. அவருக்கும் ரஜினி சங்கருக்கும் முப்பது வயசு வித்தியாசம். என்ன பண்றது, தலையெழுத்தேன்னு கேட்டுட்டு உட்கார்ந்து இருப்பாருன்னு நினைக்கிறேன். ஆனால் எதுவும் திட்டல, அடிப்பாருன்னுதான் நெனைச்சேன், ஒண்ணும் செய்யல. அப்பதான் அந்த எண்ணம் ரஜினி சங்கருக்கு வந்தது.

“ரஜினி படத்தை வாங்கி செகண்டு ரிலீஸ் பண்ணினா என்ன”ன்னு கேட்டான்.

“போயி, அக்கவுண்டன்ட் சாரப் பாரு, அவருதான் இதுக்கெல்லாம் சரியான ஐடியா குடுப்பாரு”ன்னு சொன்னேன்.

அதுவும் உண்மைன்னு, நேரா அக்கவுண்டன்ட் சாரைப் பார்க்கப் போனான். அவரு, சங்கர் கையில அஞ்சு ரூவா குடுத்து,

“தியேட்டருக்கு வெளியில மூணு சீட்டு போடுறானே, அதுல அம்பது ரூபாய ஜெயிச்சிட்டு வா, ஒனக்குப் படம் வாங்கித் தர்றேன்”னு அனுப்பி விட்டுட்டாரு.

வேக வேகமா வெளியில வந்தவன்,

“ஜோக்கர்ல வெச்சா அஞ்சு ரூபாய்க்குப் பத்து, ஜோக்கர்ல வெச்சா பத்து ரூபாய்க்கு 20, ஜோக்கர்ல வெச்சா 20 ரூபாய்க்கு 40”ன்னு கூவிக்கூவிச் சீட்டுப் போட்டுகிட்டு இருந்தவன் கிட்ட அஞ்சு ரூவாப் பணத்த வெச்சான். அம்போன்னு போச்சு. திரும்பிப் போயி அக்கவுண்ட்டன்ட் சாரப் பாக்கவே போகலை. என்கிட்ட தான் வந்து மூஞ்சியத் தொங்கப் போட்டுட்டு அழுதுட்டே இருந்தான். போனாப் போவுதுன்னு, நான் தான் ஒரு கல்யாணி பீர் வாங்கிக் குடுத்து வீட்டுக்கு அனுப்பி வெச்சேன்.

மார்கழி மாசம் பஜனைக்கு என் கூடவேதான் வருவான். கடைசி ரெண்டு வரிதான் பாடுவான். அவனுக்கு அந்தப் பொங்கல் ரொம்பப் பிடிக்கும். பொங்கல் பிடிக்குதோ இல்லையோ, அங்க வர்ற பொண்ணுங்கள ரொம்ப ரொம்பப் பிடிக்கும். அதை என்கிட்டப் பல தடவை சொல்லியிருக்கான். மாணிக்க விநாயகர் கோயிலோட கழட்டிப்பான். அதுக்கப்புறம், அவன் எங்க போவான், என்ன செய்வான்னு யாருக்கும் தெரியாது. சாயங்காலம் திரும்பி வந்தான்னா, பலவிதமான கதைங்களச் சொல்லுவான். கொட்டா கட்டப் போன கதை, போன இடத்துல காசுக்குப் பதிலா படுத்து எந்திரிச்சு வந்த கதைன்னு நெறையக் கதைகளைச் சொல்லுவான். அதெல்லாம் உண்மையான்னு கூட எனக்குத் தெரியாது. எனக்கு, அவன் மேல ஒரே பொறாமையா இருக்கும். எவ்வளவு சந்தோசமா ஹாப்பியா இருக்கான்னு நினைப்பேன். அப்புறம்தான் கொஞ்சம் கொஞ்சமா அவன் பாக்குற ரஜினி படத்துல வர்ற கதாநாயகிகள் மாதிரி யார் இருந்தாலும் அவங்க பின்னாலயே சுத்துறது, அவங்க கிட்டப் பேசுறது, அவங்களுக்கு வேணுங்குறது வாங்கிக் கொடுக்குறது, வீட்டு வேலையெல்லாம் செய்யறதுன்னு ஆரம்பிச்சிட்டான்னு தெரிய வந்துச்சு. ரஜினிக்குப்

பின்னாடி போறான், அதைப் புரிஞ்சுக்க முடிஞ்சது. ஆனால், ரஜினி படத்துல வர்ற ஹீரோயின் மாதிரி இருக்குற பொண்ணுங்க பின்னாடி போறத, என்னால சத்தியமா இன்னைக்கு வரைக்கும் புரிஞ்சுக்க முடியல. எது எப்படியோ, எனக்கு நெறையப் பேரை அறிமுகப்படுத்தி வைச்சான். ரஜினி பட ஹீரோயின் மாதிரி இருந்தா என்ன, இல்லாட்டிப் போனா என்ன? நாலு பேரு பேசக் கிடைச்சா போதும்னு சந்தோஷப்பட்டு, நானும் ரஜினி பத்தி நாலு வார்த்தை புகழ்ந்து பேசிட்டுப் போயிட்டே இருப்பேன்.

நான், ரஜினி சங்கர், பெரிய பாஸ், உ.க.பாலு எல்லாருமே திமுக-வுலதான் இருந்தோம். திமுக-வுல நாங்க வெச்சதுதான் சட்டம். யாரும் எதுவும் கேட்க முடியாது. ஏன்னா, எங்களுக்குத் தலைவரையே தெரியும். அதனால, ஏதாச்சும் போயி தலைவரு கிட்டப் போட்டுக் குடுத்துடுவான்னு எல்லாரும் பயப்படுவாங்க. சால்ட்டு சண்முகம்தான் நகரச் செயலாளரா இருந்து, எங்களுக்கு உறுப்பினர் கார்டு கொடுத்தாரு. சால்ட்டு சண்முகத்துக்கு முன்னாடியே பொன்ரத்தினம்-னு ஒருத்தர் இருந்தாரு. அவர்தான் முரசொலி ஏஜன்டா, எங்க ஊருல காலையில முரசொலி பத்திரிக்கையை வித்தாரு. பொன்ரத்தினம், மிசா.குமாரசாமி, எங்க அப்பா, ரஜினி சங்கரோட அப்பா, எல்லாருமே திமுக-வோட பெரிய தலக்கட்டுங்க. எப்படிப் பாத்தாலும் பொன்ரத்தினம்தான் திமுக-வுல மதிக்கப்படுற மூத்த உறுப்பினர். அவர்தான் திமுக-வோட முதல் நகரச் செயலாளர். திமுக ஆரம்பித்த காலத்தில் இருந்து தொடர்சியா இருபது வருசம், அவர்தான் நகரச் செயலாளராக இருந்தார். அப்புறம்தான் சால்ட்டு சண்முகம் வந்தாரு.

சால்ட்டு சண்முகம் எப்பவுமே கருப்புத் துண்டு போட்டுட்டு இருப்பாரு. பொன்ரத்தினம் கருப்புத் துண்டு போட மாட்டார். கலைஞர் மாதிரியே கிராப்பு வெச்சு, வெள்ளைத் துண்டுதான் போட்டிருப்பார். அதுல திமுக கரை இருக்கும். முத்தாளு-னு ஒருத்தர் இருந்தாரு. கலைஞர் மாதிரியே கிராப் வெட்டி, நேர் வகிடு எடுத்து, கலைஞர் மாதிரியே நீளமாத் துண்டு பொரளப்

பொரளக் கடைத்தெருவுக்கு முத்தாளு வந்தாலே, மொத்தக் கடைத் தெருவும் அவரைத்தான் பாக்கும். கரகரப்பான குரலில் கலைஞர் மாதிரியே பேசுவார். கலைஞர் எப்பல்லாம் சீர்காழிக்கு வந்து மேடையில் பேச ஆரம்பிச்சாலும், அப்பல்லாம் பேச்சுக்கு நடுவுல "என்ன முத்தாளு சௌக்கியமா?" அப்படின்னு கேப்பாரு. அதைச் சொல்லிச் சொல்லியே முத்தாளு பெருமைப்பட்டுக்குவாரு. திருக்கோடிக்காவல்-லதான் முத்தாளோட வீடு. சீர்காழி கடைத்தெருவுலதான் முத்தாளு எப்பவும் நிப்பாரு. அவர் மாட்டுத் தரகர்-ங்கறதால காலையில அஞ்சரை மணிக்கு டீக்கடைக்கு வந்துட்டாருன்னா, ராத்திரி ஏழு மணிக்குத்தான் கடைத்தெருவ விட்டு வீட்டுக்குப் போவாரு. காலையில குளிச்சுட்டு, வெள்ளை வேட்டி, வெள்ளைச் சட்டை, தி.மு.க. கரை போட்ட துண்டு-ன்னு கடைத்தெருவுக்கு வந்துவிடுவார். எமர்ஜன்ஸி அப்ப, அவர உள்ள கொண்டுபோயி வெச்சு அடிச்சதுல, கலைஞர் மாதிரியே இடது கண்ணு போயிருச்சு. அவருக்கு அதுல ரொம்பச் சந்தோசம். அதனால, அன்னைல இருந்து கருப்புக் கண்ணாடி போட ஆரம்பிச்சிட்டாரு. மேடையில ஏறிப் பேசினாருன்னா, கலைஞர் பேசுற மாதிரியே இருக்கும். இப்படி, திமுக-வப் பொறுத்தவரைக்கும் எங்களுக்குத் தெரியாதவங்களே இல்லை. எங்களைத் தெரியாதவங்களும் இல்லை. எப்படிப் பாத்தாலும், ரஜினி சங்கரும் நானும் கலைஞரோட தீவிர ரசிகர்களா இருந்ததுக்கு இவங்கள்ளாம்தான் ஒரு காரணம்.

நான் பொன்ரத்தினத்தைதான் என்னோட ரோல் மாடலா எடுத்துக் கொண்டேன். உழைப்புன்னா அப்படி ஒரு உழைப்பு. விடிகாலையில போயி பேப்பர் கட்டை எடுத்துட்டு வந்து, பிரிச்சு வச்சு, வீடு வீடாக் கொண்டு போய்க் கொடுத்துட்டு வருவாரு. பார்க்குல கொண்டு வந்து போட்டுருவாரு. அப்புறமா வேற வேற தெருக்கள்ல பேப்பர் போடுற பசங்களுக்குப் பிரிச்சுக் கொடுக்கிறதுன்னு பத்தரை மணி வரைக்கும் கடுமையான வேலை இருக்கும். அதுக்கப்புறம் கட்சி வேலை. சாயங்காலம் ஆனா, காலைல கடைங்களுக்குப் போட்ட பேப்பருக்குக் காசு

வசூலிக்கிறது, முரசொலிக்குச் சந்தா சேகரிச்சு அதைக் கட்டுறதுன்னு, அவருடைய மொத்த வாழ்க்கையையும் முரசொலியோடவே கரைச்சிக்கிட்டாரு. அப்படித்தான் நானும் கொள்கையோட இருக்கணும்னு நினைப்பேன். ஆனால் ரஜினி சங்கருக்கு முத்தாளுதான் ஒரே இன்ஸ்பிரேஷன். அவரு எப்படிக் கலைஞர் மாதிரி இருக்குறாரோ, அதே போல தானும் ரஜினி மாதிரியே கிராப் வெட்டிக்கிறது, ரஜினிக்கு மூக்குல ஒரு வெட்டு இருக்குறத ஒரு படத்துல பாத்துட்டான். உடனே இவனும் போயி ஒரு ப்ளேடு எடுத்து மூக்குல வெட்டிக்கிட்டான். ஆஸ்பத்திரியில கட்டுப் போட்டு விட்ட அந்த நர்ஸ் சொல்லுது:

“அதே இடத்துல கரெக்டா வெட்டி இருக்கீங்க”ன்னு.

அவனுக்கு ஒரே சந்தோஷம். அப்புறம் காயம் ஆறுனதுக்குப் பிறகு பாத்தா, ரஜினி மாதிரியே மூக்குல ஒரு வெட்டு. இப்படித்தான் அவன் கொஞ்சம் கொஞ்சமா ரஜினியாவே தன்னை உருமாத்திக்கிட்டான். ரஜினி, பேகி பேண்ட் போட்டா இவனும் பேகி பேண்ட் போடுவான். ரஜினி, வேட்டி கட்டி, பட்டை போட்டு, கொட்டை கட்டியிருந்தா, இவனும் கொட்டை கட்டி, பட்டை போட்டிருப்பான். ‘கொட்டை சங்கர்’ன்னு ஒருத்தன் இருந்தான். காலையில எந்திரிச்சு வரும் போதே ஃபுல் மேக்கப்புல வருவான். ஆனால் அவன் ரஜினி மாதிரி மேக்கப்புல வரமாட்டான், கமலஹாசன் மாதிரி மேக்கப்புல வருவான். இப்படி, எங்க ஊருல கமலஹாசன் வேசம் போடுறதுக்கும் ஆள் இருந்தாங்க. ரஜினி வேசம் போடுறதுக்கும் ஆளு இருந்துச்சு. என்ன ஒரே வித்தியாசம், ரஜினி வேசம் போடுறது ரொம்ப ஈஸி. கமலஹாசன் வேசம் போடுறது ரொம்பக் கஷ்டம். கருப்பா இருக்குறவங்க கமலஹாசன் வேசம் போட்டா என்னத்துக்கு ஆகுறது. அதனால, ரஜினி சங்கருக்கு வேசம் நல்லா செட் ஆயிட்டு. அவன் கலரு, மூக்கு, வெச்சிருந்த முடி, எல்லாம் கொஞ்சம் கொஞ்சமா ஆல்டர் பண்ணி, பட்டி டிங்கரிங் பாத்து, ரஜினி-யாவே மாறிட்டான். என்ன.. ரஜினி கொஞ்சம் உயரம், இவன் கொஞ்சம் குள்ளம். அவ்வளவுதான்.

முத்தாளு கலைஞர் மாதிரி இருக்காரு, ரஜினி சங்கர் ரஜினி மாதிரி இருக்கான்னு கடைத்தெருவுல பேசிக்குவாங்க. அதுல இவனுக்கு ஒரு சந்தோசம். எனக்கு அப்பபடில்லாம் ஒண்ணும் இல்லை. பொன்ரத்தினம் மாதிரி உழைச்சாப் போதும்-னு நெனச்சுக்கிட்டு இருந்தேன். ரஜினி சங்கர்கிட்ட இருந்த கைத்திறமையும், பொன்ரத்தினத்துக்கிட்ட இருந்த உழைப்பும் நமக்கு வாய்ச்சாப் போதும்னு அப்பல்லாம் நினைப்பேன்.

ரஜினி சங்கரப் பத்திச் சொல்லணும்னா, சின்ன வயசுல இருந்து என் கூடவே இருந்தவன்தான். அன்னைக்கு ராத்திரி நான் ஊருக்குக் கிளம்புறேன். அவனைப் பாத்துப் பேசிட்டுப் போவோம்னு தோப்புல இருந்த சிமெண்ட் கட்டையில உக்காந்திருந்தேன். மணி ஆறாச்சு, ஏழாச்சு, ஒன்பது மணி சங்கும் ஊதியாச்சு. எங்கிருந்தோ சைக்கிள்ல வந்தவன், என்னப் பாத்துட்டு,"இருடா சதீசு, வர்றேன்"னு சொல்லிட்டு, சட்டை பனியனையெல்லாம் கழட்டிப் போட்டுட்டு, அடி பம்புல குளிச்சான். அப்புறம் ஒரு ஃபுல்ல ஒடச்சி வெச்சிகிட்டுப் பேச ஆரம்பிச்சான்.

"ஒரே ஒரு தடவ எனக்காக அந்தக் கட்டபொம்மன் வசனத்தப் பேசிக் காட்டுறியா?"

"டேய் கட்டபொம்மன் வசனம் நம்ம பேசி எத்தன வருசம்டா ஆச்சு? கிட்டத்தட்ட நாப்பது, நாப்பத்தஞ்சு வருசத்துக்கு மேல ஆச்சு. இப்பப் போயி பேசச் சொல்ற."

"இல்லடா சதீசு, நீ பேசுனாக் கேக்கணும் போல இருக்குடா."

"அதுக்கு வேற எதாச்சும் பேசுறேன். 'என் குலப் பெண்களுக்கு ஒன் ப்ளஸ் வாங்கிக் கொடுத்தாயா?' அப்படின்னு வேணும்னாப் பேசட்டுமா?"

"கட்டபொம்மன் வசனம் நீ பேசி நடிச்சப்ப, நாங்கள்ளாம் கைதட்டுனோமே, அப்ப நான் மேலவீதி ஸ்கூல்ல படிக்கிறேன். நீ, விவேகானந்தாவுல படிக்குற. ஆனா ஊர் முழுக்க ஒன்னப் பத்திதாண்டா பேச்சு. ஒன்னத்தாண்டா எங்க வீட்டுல சொல்லிச்

சொல்லி வளத்தாங்க. ஆனா, ரெண்டுபேருமே பத்தாவதுல ஃபெயில் ஆனமே, ஞாபகம் இருக்கா?"

"ஆமாடா."

"நானும் உன்கூடவே சேர்ந்து காமராஜ் டுட்டோரியல்ல சேர்ந்து படிச்சிருக்கலாம், இல்லடா?"

"நீயும்தாண்டா சேந்த. ஆனா படிக்கலையேடா."

"அதுதாண்டா நான் செஞ்ச பெரிய தப்புன்னு நெனைக்கிறேன்."

"இல்லடா சங்கரு. அப்படில்லாம் ஒண்ணும் இல்ல. நீ படிச்சா என்ன, படிக்கலைனா என்ன? இன்னைக்கு உன் கையில இருக்குற தொழில் இருக்கே, அது யாருகிட்டயுமே இல்ல. உங்க தாத்தா உனக்குன்னு குடுத்துட்டுப் போன குருத்தோலை முடையுற அந்தக் கைத்தொழில் இருக்கே, அது அழிஞ்சிகிட்டே வருதுடா. அதை மட்டும் நீ ஒரு பத்துப்பேருக்கு சொல்லிக் குடுத்தாலே போதும், உன் வாழ்க்கை வேற இடத்துல இருக்கும். நீ மெட்ராஸ் வந்துருடா. அங்க ஒன்ன வெச்சுப் பயிற்சி குடுக்குற நிறுவனம் ஒண்ணு ஆரம்பிக்கலாம்டா. அது இன்னிக்கு எங்கயுமே இல்லடா. இந்தக் கலையே அழிஞ்சி போயிடும் போலடா. நீ வந்தீன்னா நல்லா இருக்கும்டா. ஒனக்காகத்தான் இதச் சொல்றேன்டா. நானே ஒனக்கு எல்லாமும் செஞ்சி தர்றேன்."

"இல்லடா சதீசு, எல்லாமே தலைவர்னு ஆயிப்போச்சு. இப்பல்லாம், தொழிலுக்குப் போறதையே நான் மறந்துட்டேன். முன்னாடில்லாம், ஒரு மணி நேரத்துல ஒரு தேரக் கட்டி முடிச்சிருவேன். மூணு நாள் ஆச்சு, இதோ பாரு, தேர் முட்டியில தேர் நிக்கிது. இன்னமும் சவுக்குக் கம்ப நிமித்து நிறுத்த முடியல. அந்த அளவுக்கு ஒடம்பும் மனசும் பலகீனப்பட்டுப் போச்சுன்னு நெனைக்கிறேன். ஆனா என்னமோ தெரியலடா, தலைவரு ஒரு அறிக்கை விட்டா மட்டும், எங்க இருந்துதான் ஒரு வேகம் வருதுன்னு தெரியல, எல்லாமும் செஞ்சிடுறன். இப்பக் கூட, நூத்தம்பது போஸ்டர ஒண்டியா ஒட்டிட்டுதான் வந்தேன். இதோ

பாரு, கையில பசை கூடக் காயல. பசை வாளி அதோ அங்கதான் கெடக்கு. இன்னும் அம்பது போஸ்டர் இருக்கு, பசை இல்லன்னு வந்தேன். நல்லவேளை வந்தேன்னு வெச்சுக்கோயேன், இல்லன்னா ஒன்னப் பாத்துருக்க முடியுமா?"

"நானும் ஒன்னத் தேடிக்கிட்டுதான்டா இருந்தேன். எங்க போயித் தொலைஞ்சான்னு தெரியலன்னு சொல்லிட்டாங்க. அதனாலதான், சரி, எப்படி இருந்தாலும் தோப்புக்கு வருவ, ஒரு எட்டு போயிப் பாக்கலாம்னு வந்தேன். தோப்பாவாட இருக்கு இது, ஒண்ணுமே இல்லையேடா. என்னடா பண்ணி வெச்சிருக்க எல்லாத்தையும்?"

"என்னடா பண்றது? எப்பப்பல்லாம் காசு தேவையோ, எப்பப்பல்லாம் தலைவரு அறிக்கை விடுறாரோ, அப்பப்பல்லாம் ஒவ்வொரு மரமா வெட்டி வித்துட்டேன். இதோ, இப்ப இருக்குறது இந்த ரெண்டு மூணு மரந்தான். முனீஸ்வரன் கோயில் இலுப்ப மரம், அதைக் கூட வெட்டி வித்துட்டண்டா."

"என்னடா சொல்ற! அது ஏதோ புயல்ல விழுந்துருச்சுன்னு சொன்னாங்களேடா."

"அதெல்லாம் ஒண்ணுமில்லடா. நான்தாண்டா, காலவாய்க்கு மரம் இல்லன்னு கேட்டான்டா ஒருத்தன். 'முனீஸ்வரனே என்ன மன்னிச்சிரு'ன்னு சொல்லி வெட்டி, வித்துப்புட்டு, அந்தக் காச எடுத்துட்டுப் போயிதாண்டா, 'ரஜினி ரசிகர் மன்றத்துல இருந்து, தலைவரு கட்சி ஆரம்பிக்கிறாருன்னு' மொத மொதல்ல போஸ்டர் அடிச்சு ஒட்டுனேன்."

"அடப்பாவி! முனீஸ்வரன் கோயில் மரத்தையாடா ஆட்டையப் போட்ட?"

"நம்ம தெய்வமே ரஜினின்னு ஆயிப்போயிட்டாரு. எதுவாயிருந்தாலும் என்ன, 'மன்னிச்சிரு சாமி'ன்னு கால்ல விழுந்துட்டு, வெட்டிட்டேன்டா."

நாலு ரவுண்டுக்குப் பிறகு அவன் அழுவ, அப்புறம் நான் அழுவ என்ன பேசினோம்னே தெரியல." ரஜினி ஆனதைப் பத்தி சொல்டா"ன்னு கேட்டேன்.

“தமிழ்நாட்டுல எல்லாருக்கும் ஒரு வேளச் சாப்பாடு, குடும்பம் நடத்துறதுன்னு பொழுது போய்க்கிட்டேதான் இருக்கு. யாருக்கும் ஒண்ணும் பெருசா கெடைச்சிறல. அப்படி இருக்குறப்போதான் வாத்தியார் படம் பார்க்க ஆரம்பிச்சாங்க. அதுக்கு முன்னாடி, எம்.கே.டி.பாகவதர், தியாகராஜ பாகவதர், பி.யு.சின்னப்பா படங்கள் எல்லாம் எங்க தாத்தா காலத்துல பாத்துருக்காங்க. எங்க அப்பா காலத்துல வாத்தியார்தான். எம்.ஜி.ஆர் படம்-னா எல்லாருக்கும் பிடிக்கும். இவங்க கவலையெல்லாம் மறந்து சந்தோசமாச் சிரிச்சு, துக்கப்பட்டு அழுது வீட்டுக்கு வந்திருவாங்க. அந்த மூணு மணி நேரமும் அவங்க வேற ஒரு உலகத்துல வாழ்ந்துட்டு வர்றாங்க. ‘நல்லதங்காள்’ படத்துக்குப் போனப்ப எங்க பாட்டி அழுது குமுச்சா. வீட்ல சாவு விழுந்தப்பக்கூட எங்க பாட்டி அப்படி அழுது நான் பாக்கல. தமிழ்நாட்டைப் பொறுத்தவரைக்கும், ரஜினிகாந்த் எல்லாரோட கவலையையும் மறக்க வைக்கிற ஒரு மூணு மணிநேர மருந்து-ன்னு தான் நினைக்கத் தோணுது. இப்படிக் கூட எடுத்துக்கலாம், இல்லையா? இப்ப என்னயே எடுத்துக்கோயேன். எனக்குப் படிப்பு வரல. ஏன். ஒனக்குந்தான வரல. ரெண்டு பேரும் சேந்துதான ஊரச் சுத்திக்கிட்டு இருந்தோம். பத்தாவதுக்கு அப்புறம், நான் படிச்சிருக்கலாம். ஆனா, எனக்கு அன்னிக்குக் கெடச்ச பணம் ரொம்பப் பெருசு. கவர்மெண்ட் உத்தியோகத்துல கூட அவ்வளவு பணம் கிடைக்கல. தாத்தா எனக்குக் கத்துக் குடுத்த தொழில் என் கையில இருந்துச்சு. தேர் கட்டுறது, சப்பரம் கட்டுறது, கொட்டா கட்டுறது, இதோ.. காகிதப்பூ ஃபிளவர் செட்டிங். பேரு பாத்தியா, இல்லையா?’ சூப்பர்ஸ்டார் ஃபிளவர் செட்டிங்’ வெச்சிட்டு உக்காந்தேன். நல்லாதான் போயிட்டு இருந்துச்சு. செலவு கைய மீறிப் போயிருச்சு. என்னைக்காச்சும் ஒருநாள் தலைவன் அரசியலுக்கு வருவான், நம்மளும் மக்களுக்குத் தொண்டு செய்யலாம், அப்படின்னு உக்காந்திருந்தது ஒரு காலம். அப்புறம், எல்லாம் மாறிப்போச்சு. போட்ட காசை எடுத்துறலாம். இதோ. தி.மு.க-ல, காங்கிரசு-ல, அண்ணா தி.மு.க-ல எப்படி..? இதோ நம்ம பக்கிரி, எத்தனையோ

பேரச் சொல்லலாம். இப்படி சும்மாதான் இருந்தாங்க. பஸ் ஸ்டாண்டுல மூட்டை தூக்கிப் போட்டவன், இன்னிக்கு இன்னா? அந்த மாதிரிதான். எனக்கும் ஏதோ ஒரு வழி தெரிஞ்சது. தலைவன மாதிரி வந்துரலாம்னு அந்த மாதிரி நானும் நெனச்சிருக்கேன். சொல்லிட்டல்ல, இன்னும் பத்து நாள்தான். எத்தனையோ வருசம், எத்தனையோ வயசு ஓடிப்போச்சு. இன்னும் பத்து நாள் பொறுத்துக்க. தலைவன் கட்சி ஆரம்பிச்சுட்டா, நாமதான் எம்எல்ஏ, நகரம், எல்லாம். அப்புறம் பாத்துக்கலாம். என்ன, இதுக்குள்ளயே ரெண்டு வீட்ட வித்துருக்கேன். கொஞ்சம் செலவு பண்ணிருக்கேன். தாத்தா விட்டுட்டுப் போன தோப்பும் நிலமும் இருந்துச்சு. அதையும் கொஞ்சம் கொஞ்சமாக வித்துச் சாப்பிட்டுட்டேன். நாலு பேரு வேலை செஞ்சான். அவனுவளும் போய்ட்டானுவ. இப்ப எதுனா வேல எடுத்தா, பத்து ரூவா கூடக் குடுத்து ஹிந்திக்காரன வெச்சு ஒப்பேத்துறேன். ஏதோ ஓடிக்கிட்டு இருக்கு. பத்து நாள்-ல சரியாகும்-னு நினைக்கிறேன். பாப்போம்'' அப்படின்னு நிறுத்தாமச் சொல்லிக்கிட்டே இருந்தான்.

''சரிடா! நீ சொல்றது எல்லாம் சரிதான். ஆனா, என்னால ஒன்ன இப்படி விட்டுட்டுப் போக முடியலையே.''

''இல்ல சதீசு, எனக்காக நீ ஒண்ணே ஒண்ணு செய்வியா?''

''என்னன்னு சொல்லித் தொலைடா. என்ன செய்யனும்னு சொல்ற?''

''நீ.. தலைவரப் பாத்தேன்னா, அவர சீக்கிரமாக் கட்சி ஆரம்பிக்கச் சொல்லுடா''

''டேய்! இன்னுமாடா நீ இப்படி இருக்க. ஏண்டா இப்படி இருக்க?''

''அது என்னமோ தெரியலடா. தலைவர் வருவாரு, நம்ம மக்களுக்கு நல்லது செய்வாரு, அதுல நம்மளும் இருப்போம்னு இப்படியே செட் ஆயிட்டன்டா. நேத்து வந்ததுங்கல்லாம் தல மன்றம், தளபதி மன்றம்னு வெச்சு என்னா ஆர்ப்பாட்டம்

பண்ணுதுங்க. அதுங்களுக்கெல்லாம் என்னையப் பார்த்தா கிண்டலாப் போச்சுடா. நம்ம எஸ்.பி.ஆர்.சரவணன் தலைவன் கூட எதிர்க்கட்சித் தலைவராக இருந்துட்டுப் பூட்டான். வந்தான், ஒரு முப்பது தொகுதி ஜெயிச்சான்னு போயிட்டான். அவனுக்குக் கூட ஒரு மரியாத இருக்குடா. நம்மளுந்தான் எத்தனை வருசமாச் சொல்லிட்டு இருக்கோம். ஒனக்கு ஞாபகம் இருக்கா? கூடங்குளம் அணு உலைக்கு எதிரா ஊர்வலம் போனோமே, அந்த எல்.எம்.சி ஸ்கூல்ல போயி பெல் அடிச்சேனே, அன்னைக்குச் சொன்னேண்டா. யார்றா நீ-ன்னு என்னையப் பாத்துக் கேட்டாண்டா அந்த ஹெச்.எம்.. 'வர்றேண்டா ஒருநாள், ஒன்கிட்ட, நான் யாருன்னு நீ சொல்லுவ'-ன்னு சொல்லிட்டு வந்தேன். அந்த ஹெச்.எம்., பேரன் பேத்தி எடுத்து, பேத்திக்கு காதுகுத்துன்னு முந்தாநாளு பத்திரிக்கை வைக்க வந்தாரு. வந்தவரு, "என்ன சங்கரு, ஒன் தலைவன் வருவானா, வரமாட்டானா?"-ன்னு கேட்டுட்டுப் போறாருடா. அவமானமா இருக்குடா. இதெல்லாம் கேட்டுகிட்டு இருக்கேன்னா, ஒரே ஒரு காரணம்தான் இருக்கு. தலைவர் கண்டிப்பா அரசியலுக்கு வந்திடுவாருல்லடா."

"டேய் கட்டையா! ஏண்டா இப்படிப் பொலம்புற? பேசாம என்கூடக் கௌம்பி மெட்ராஸ் வந்துருடா. வந்து என்கூடக் கொஞ்ச நாளக்கி இரு. அப்புறமா நம்ம ஊருக்கு வந்துக்கலாம். எப்படினாலும் கட்சி ஆரம்பிக்கிற அன்னைக்கு நீ மெட்ராசுக்கு வந்துதானே ஆகணும். அதுக்கு இப்பவே வந்துருடா. நீ என்கூட இருந்த மாதிரியும் இருக்கும். கொஞ்ச நாள் என்கூட பேசிட்டு இருந்த மாதிரியும் இருக்கும். என்கூட வந்துருடா."

"அடப் போடா! நீ வேற. இங்க கட்சி வேலை எல்லாத்தையும் யாரு பாக்குறது? ரெண்டு எருமை மாடுங்க இருந்துச்சு. நேத்து அதுங்களப் புடிச்சி வித்துட்டேன். இப்பதான் சுவர் விளம்பரத்துக்குக் காசு குடுத்துட்டு வர்றேன். நானே வெள்ளையடிச்சுப் போட்டுட்டண்டா. சுவருல எழுதுறதுக்கு மட்டும்தான் கூலி. கண்ணு செட்டி கடையில கலர் வாங்கிக் கொடுத்திருக்கேன். தோப்புல வஜ்ஜிரம் காய்ச்சிட்டு இருக்கான். அது முடிஞ்சவுடனே

எழுத வேண்டியதுதான்டா. எழுதிட்டு ரெடியாகணும்டா. எல்லா வார்டுலையும் கொடியேத்தணும். ஏகப்பட்ட வேலை கெடக்கு. இதெல்லாம் யார்றா செய்வாங்க? நீ கௌம்பிப் போடா.''

''பசங்கள்லாம் என்னடா பண்றாங்க?''

''எங்கடா, ஒரு அஞ்சு வருசம் அவ எங்கூட இருந்தா. அப்புறம் நம்ம வீட்டெல்லாம் வித்துட்டோமே. வாடகைக்கு வீடு எடுக்க முடியல, புறம்போக்குல கொட்டா போட்டது அவளுக்குப் பிடிக்காமப் போச்சு. அதுக்கு அப்புறம் பாத்ரூம், டாய்லெட்-லாம் இல்ல. அவ, அவளோட அம்மா வீட்டுக்குப் போனவதான். அங்கேயே தங்கிட்டாடா. பசங்கள்லாம் அங்கதான் படிக்கிதுங்க. மாமனார்தான் வளக்குறாரு. எப்பயாச்சும் ஆடுதுறைக்குப் போனா பாத்துட்டு வருவேன். என்ன பண்றது, நமக்குத் தலைவர்தான் வாழ்க்கை-னு ஆயிப்போச்சு. என்னடா பெரிய கல்யாணம், காட்சி? பசங்களுக்காகத் தாண்டா. ரெண்டு பிள்ளைங்களையும் படிக்க வெச்சுட்டாப் போதும்னு நினைக்கிறேன். இதோ.. தலைவர் வந்துருவாருடா இப்ப. வந்துட்டாருன்னா, எல்லாத்தையும் இலவசம் ஆக்கிடுவாரு. நம்ம பிள்ளைங்களுக்கும் நல்ல எதிர்காலம் இருக்கும். எல்லா வீட்டுக்கும் வேலை வாய்ப்பு கொடுப்பாரு. இப்ப இருக்குற மாதிரி பெருசா லஞ்சம் எல்லாம் இருக்காதுடா. திறமைக்குத் தகுந்த வேலை, எல்லாமே கிடைக்கும்-னு சொல்லியிருக்காரு. கண்டிப்பா வருவாருடா. வந்துட்டாருன்னா, என் புள்ளைங்க என்ன, ஊருப் புள்ளைங்க எல்லாரயுமே சேத்துப் பாத்துக்குவாரு. அந்த நம்பிக்கையிலதான் ஓடுதுன்னு வெச்சுக்கோயேன்.''

''டேய்! என்னடா பேசுற நீ? நம்ப ரெண்டு பேரும் தி.மு.க-வுல இருந்துருக்கோம். எல்லாரோட அரசியலும் நமக்குத் தெரியும். நீயாடா பேசுற இப்படி?''

''சதீசு.. எனக்காக ஒண்ணு செய்வியாடா?''

''என்னன்னு சொல்லுடா. ஒனக்காக என்ன, நம்ம எல்லாருக்காகவும் ஏதாவது செஞ்சிட்டுத் தானே இருக்கேன். சொல்லுடா''

“இல்ல, வேணாம்டா, உட்டுர்றா. தோப்புல ரொம்ப நாளா ஒரு செவ்வெளநிக் கண்ணு வெச்சு வளத்தேன். அது காச்சி, மொதக் கொல தள்ளிருச்சு. அதுல இருந்து எளனி வெட்டிக் குடுக்குறேன், குடி.”

“இருக்கட்டுண்டா. இந்த ராத்திரி நேரத்துல போயி, மரத்துல ஏறிக்கிட்டு எளநி வெட்டுறேன், அத வெட்டுறேன், இத வெட்டுறேன்னு. என்னன்னு சொல்லுடா.”

“இல்லடா. ரஜினி சங்கர்-னு ஒருத்தன் இருந்தான், அவன் இப்ப இல்ல அப்படின்னு ஆயிருச்சுன்னு வெச்சுக்கோயன். என்னோட கதைய நீ எழுதணும்டா.”

“என்னடா, பைத்தியம் மாதிரிப் பேசுற. மரியாதையாக் கௌம்பி என்கூட ஊருக்கு வா. மணி இப்ப 11:15 தான் ஆகுது. ராத்திரி ஒரு மணிக்குப் பஸ் ஏறுனாக் கூட மெட்ராசுக்குப் போயிடலாம். அங்கேயே என்னொட இரு. கட்சி ஆரம்பிச்சப் பெறகு இங்க வரலாம்.”

“பைத்தியக்காரத்தனமாப் பேசிட்டு இருக்கேன், இல்லடா? வேலையெல்லாம் கெடக்கு, இருந்தாலும் எனக்கு ஏதோ தோணுதுடா. எனக்கு நீ ஏதாச்சும் பண்ணனும்னா, என் கதைய எழுதுவியா?”

“ஒன் கதைய என்னடா, ஒலகத்துக் கதையவே எழுதுவேன்டா. நான் அதுக்காகச் சொல்லலடா. மொதல்ல நீ கிளம்புடா. இங்கேயே இருந்தன்னா பைத்தியமாயிருவ போலிருக்கே. இப்பதாண்டா நான் ஒன்னப் பாக்குறேன். இவ்வளவு நாள் என்னடா பண்ணிட்டு இருந்த?ஏண்டா இப்படி ஆயிட்ட? வீட்ட எதுக்குடா வித்த?”

“தெரியலடா. அப்பப்பச் செலவுக்குப் பணம் தேவைப்பட்டுச்சு, கடன் வாங்கினேன். கடன் அதிகமாயிருச்சு. அதுக்கு வட்டி கட்ட முடியல. வீட்ட வித்துட்டேன். தொழில் ஏதோ ஓடிக்கிட்டுதான் இருந்துச்சு. இப்பதான் இந்தக் கொரோனா காலத்துல எல்லாத்

தொழிலும் படுத்துப் போச்சே. ஒரு ஏழு எட்டு மாசமா ஒண்ணும் தொழிலே இல்ல. இனிமேக் கல்யாணம் காட்சின்னு இன்னும் ஒரு வருசத்துக்கு எவனும் கூப்பிடப் போறதில்ல. ஃப்ளவர் செட்டிங் எல்லாம் பூசணம் புடிச்சிக் கெடக்கு. எல்லாத்தையும் சுத்தம் பண்ணனும். அதுக்கெல்லாம் நேரமில்ல. தலைவர் வேற வர்றேன்னு சொல்லிட்டாரு. என்ன பண்றதுன்னு தெரியல. சரி சரி, நீ கெளம்பு. ஊரப் பாக்கப் போ."

"இல்லடா. ஒன்ன இந்த நெலமையில விட்டுட்டு நான் ஊருக்குப் போற மாதிரி இல்ல. நீ ஏன் இப்படி இருக்கன்னு தெரியல. நீ மொதல்ல கொஞ்சம் கொஞ்சமா மெட்ராசுப் பக்கம் வர்றதுக்குப் பாரு. ஏன்னா, மெட்ராஸ் போயிட்டா ஏதோ ஒரு வேலை, ஏதோ ஒரு தொழிலப் பார்த்து, நல்லபடியா குடும்பம் நடத்தலாம்டா. நீ தங்கறதுக்கு வாடகைக்கு வீடு கூட நா எடுத்துத் தர்றேன். பொண்டாட்டி புள்ளைங்களக் கூட்டிட்டு வந்து வெச்சிக்கலாண்டா. ஏண்டா இங்க கெடந்து இப்படிச் சீரழியுற? அங்கயும் ஒன் கட்சி இருக்கத்தான் போகுது. அங்க போயிச் சேந்து ஒரு வேலை பாக்குறதுனாலும் பாரு. நான் வேணும்னாலும் யார்கிட்டயாவது பேசணும்னாலும் கூட பேசுறன்டா. ஒனக்குத் தெரியாத ஆளுங்களா. மெட்ராசுலயே நீ கட்சி வேலை செய்யலாம். கட்சிதான் தமிழ்நாடு பூரா இருக்குமே டா. இந்த ஊருலதான் இருக்கணுமா என்ன?"

"இல்லடா சதீசு. தாத்தா வாழ்ந்த ஊரு, அப்பா இருந்த ஊரு, இத விட்டுட்டு வர எனக்கு மனசு இல்லடா. சட்டநாத சாமிய டெய்லி கும்புடாம என்னால இருக்க முடியாது. என்னடா பண்றது, தலைவர்தான் ஆன்மீகம்-னு சொல்லிட்டாரே, அது நமக்குப் பிறவியிலேயே இருக்கு. அதனால சட்டநாத சாமியக் கும்புடாம என்னால இருக்க முடியாதுடா. அதனால நான் இப்படியே இருந்துடுறேன்டா. நீ போடா. நீ போயிட்டு பொங்கல் அப்ப என்னையக் கூப்புடுடா."

"பொங்கல் அப்பக் கூப்பிட்டா..? பொங்கலுக்கு நா ஊருக்கு வர்றேன்டா. வந்து ஒன்னப் பாக்குறேண்டா."

“எப்படியும் கட்சி ஆரம்பிச்சுடுவாருல்ல. அதுக்கு அப்புறம்தான் பொங்கல் வரும். அதுக்குள்ள நான் வந்துருவேண்டா. சரிடா, என்ன பண்றது. இப்படித்தான் ஓடிட்டு இருக்கு. ஒரு நூறு ரூபா இருந்தாக் குடுத்துட்டுப் போ.”

“எதுக்குடா நூறு ரூபா?”

“இல்லடா, வஜ்ஜிரம் காய்ச்சிறவனுக்குக் காசு குடுக்கணும். மூணு மணிக்குள்ள காசு குடுத்தாதான் அவன் எழுதி முடிப்பான். ஒரு 4000, 5000 ரூபாய் செலவாகும். இருந்தாலும் இப்போதைக்கு உன்கிட்ட நாலாயிரம் அஞ்சாயிரம் கேக்கல. எனக்கே எனக்குன்னு ஒரு நூறு ரூபா மட்டும் குடுத்தேன்னாப் போதும்..”

“நூறு ரூபாய் என்னடா.. எவ்வளவு வேணும்னாலும் கொடுக்குறேன்டா. நீ இந்த ஊர விட்டுக் கெளம்புனா, ஒனக்கு என்ன வேணும்னாலும் செஞ்சு தர்றேண்டா.”

“இல்லடா. ஒரு நூறு ரூபா மட்டும் குடு”-ன்னு சொன்னவன், உரிமையோடு என் சட்டைப்பையில் கையை விட்டுப் பணத்தை எடுத்து எண்ணி, நூறு ரூபாய் மட்டும் எடுத்துக்கொண்டு மீதியைத் திரும்பவும் பாக்கெட்டில் வைத்துவிட்டான். எனக்கு என்ன சொல்வதென்று தெரியவில்லை.

பழமைக்கு எப்பொழுதும் ஒரு மதிப்பு உண்டு, எங்கள் கதையைப் போல. பழைய சினிமா, பழங்காலப் பொருட்கள், பழைய அபிமான நட்சத்திரங்கள் என்று நீட்டி முழக்கி ஒரு பட்டியல் போடலாம். வீட்டுல டெலிபோன் வெச்சப்ப ஒரு நம்பர் குடுத்துருந்தாங்க, அது 369. அப்புறம் பயன்படுத்துவோர் எண்ணிக்கை அதிகமானதும், முன்னாடி இரண்டு இலக்க எண்கள் சேர்க்கப்பட்டன. அதன்பிறகு தொலைபேசி எண் வடிவம் பல மாற்றங்களை அடைந்து விட்டது. ஆனால் அதன் எண்கள் மேல் எனக்கு இருந்த காதல் மாறவில்லை. கைக்கு அடக்கமாகத் தொலைபேசி வந்த பிறகும் கூட பத்து இலக்க எண்ணுக்கு மாறிவிட்டாலும், என்னுடைய தேர்வு- கடைசி மூணு இலக்க

எண்கள் 369 ஆகவே இருக்கின்றன. இதற்குக் காரணம் என்னால் சொல்ல முடியுமா என நினைத்துப் பார்க்கிறேன். எப்படி நகை வாங்குவதற்கு ஒரு கடை, மளிகை சாமான்களுக்குக் கற்பக விலாஸ், காலையில் காபி குடிக்க பசும்பால், இப்படி ஒவ்வொன்றுக்கும் எனக்குள் ஒரு மதிப்பீடு உருவானதைப் போல ரஜினி சங்கருக்குள்ளும் ஒரு மதிப்பீடு உருவாக்கப்பட்டிருக்கலாம். அது பொருளாதாரம் சார்ந்ததாகவும் கூட இருந்திருக்கலாம்.

தோட்டக்காரன் மணிக்கு, பாடத் தெரிந்திருந்தது. உ.கா.பாலுவுக்கு மேடைப் பேச்சு சரளமாக வந்தது. ரஜினி சங்கருக்குக் காகிதப்பூ செட்டிங் போடத் தெரிந்திருந்தது. இது எல்லாம் இயல்பின் வெளிப்பாடு என என்னால் புரிந்து கொள்ள முடியவில்லை. செயற்கையாக உருவாக்கப்பட்டிருக்கிறது என்றே குற்றம் சாட்டுகிறேன். அம்மாதிரி உருவாக்கியவர்கள் வலிமை மிக்கவர்கள். அடக்கி ஆள நினைப்பவர்கள், அடிமைப்படுத்தி வைத்திருக்கிறார்கள். அதற்குத் தங்கமுலாம் பூசித் தரையில் விட்டிருக்கிறார்கள். நட்சத்திரங்கள் என மின்னுவதெல்லாம் தகரங்களாகத் தெரிவதற்குள், ரஜினி சங்கரின் வாழ்க்கை முடிந்து போயிற்று. துருப்பிடித்த தகரத்தைத்தான் தங்கம் என்று இவ்வளவு காலமும் நம்பியிருந்தோம் என்று தீர்மானமாகத் தெரிந்து கொண்ட அன்று காலைதான், புறம்போக்கு நிலத்தில் கம்பீரமாகப் பறக்கும் கொடியின் கம்பத்தில் தூக்குப்போட்டுத் தற்கொலை செய்து கொண்டான் அவன்: 'தலைவன் அரசியலுக்கு வரப் போவதில்லை' என அறிவித்ததற்காக. இதை இருபது வருடங்களுக்கு முன்பே கூடத் தெரிந்து கொண்டிருக்கலாம்தான். இப்போதும் கூட அரைவேக்காடுகளை உருவாக்குவதில் முனைப்புடன் ஈடுபட்டு இருக்கிறார்கள், செயற்கையான நுண்ணறிவு கொண்ட செயலிகளின் துணை கொண்டு. எங்கிருந்து தொடங்கினேனோ அங்கேயே நிற்கிறேன், கைகளைப் பிசைந்தபடி.

வீட்டிற்கு எதிரே, "கடவுள் இல்லை. கடவுள் இல்லவே இல்லை. கடவுளை கற்பித்தவன் முட்டாள். கடவுளை மற மனிதனை நினை" என்ற பதாகைக்குப் பக்கத்தில் கோயில் மதில்

மீது ஒட்டப்பட்டிருந்த ரஜினி சங்கரின், கண்ணீர் அஞ்சலி சுவரொட்டியில் இப்படி எழுதியிருந்தது.

"இனி இழப்பதற்கு எதுவுமில்லை. மீட்பதற்கு வேளை வந்துவிட்டது."

காகிதப்பூக்கள் ஒருபோதும் இயற்கையாக நறுமணம் வீசப் போவதில்லை. செயற்கையாக காகிதத்தால் செய்யப்படும் காகிதப்பூக்களே நாட்டை அலங்கரிக்கின்றன. ரஜினி சங்கர்கள் நிறைந்திருக்கும் இந்த நாட்டில் சாயம்போன காகிதப் பூக்களும் கூட அலங்காரத்தில் இருக்கின்றன. காகிதப் பூக்களை அகற்றி, இயற்கையாக நறுமணம் வீசி, பூத்துக்குலுங்கி, காய்த்து கனியும் கொய் மலர்கள் கொண்டு நாட்டை அலங்கரிப்போம். கலையும் கலாச்சாரமும் கல்வியும் மிக்க நம் நாட்டை மீட்டெடுப்போம்.

ஆசிரியரின் நூல்கள்

விடம்பனம் நாவல் (2016) – காலச்சுவடு பதிப்பகம்.
தாளடி நாவல் (2020) – தேநீர் பதிப்பகம்.
நோட்புக் கவிதைகள் (1991)
நம்மோடு தான் பேசுகிறார்கள் (2012) – வம்சி பதிப்பகம்.
அச்சப்படத் தேவையில்லை (2018) – டிஸ்கவரி புக் பேலஸ்.
புனைவு (2020) – தேநீர் பதிப்பகம்.
கனவு விடியும் (2020) – தேநீர் பதிப்பகம்.

ஆசிரியர் தொகுத்த நூல்கள்

பிரபஞ்சத்தை வாசித்தல் – மெய்ப்பொருள் பதிப்பகம்.
சிறுகோட்டுப் பெரும்பழம் – தேநீர் பதிப்பகம்.